മതം വേണ്ട മനുഷ്യന്

സഹോദരൻ അയ്യപ്പൻ

INSIGHT PUBLICA®

നവോത്ഥാന പരമ്പര

Nadakkavu, Kozhikode, Kerala, 673011
www. insightpublica. com
e-mail: insightpublica@gmail.com
Title: **Matham Venda Manushyanu: Sahodaran Ayyappan**
(Malayalam)
Author: **Dr. P Suresh**
First Edition: February 2017
This Edition: June 2022
Book Design: kjvj@insight

Printed and Published by
InsightinPublica Printers & Publishers Pvt. Ltd.
ISBN 978-93-85899-70-6

മതം വേണ്ട മനുഷ്യന്
സഹോദരൻ അയ്യപ്പൻ

ഡോ. പി സുരേഷ്

INSIGHT PUBLICA

നവോത്ഥാന പരമ്പര

കോഴിക്കോട് ജില്ലയിലെ ഉള്ളിയേരിയിൽ ചാലിൽ ഇടത്തിൽ ദാമോദരൻ നായരുടെയും മാധവി അമ്മയുടെയും മകൻ. കാലിക്കറ്റ് സർവ്വകലാശാലയിൽനിന്ന് മലയാളത്തിൽ എം.എ, എം.ഫിൽ ബിരുദങ്ങൾ. സച്ചിദാനന്ദന്റെ കവിതകളെക്കുറിച്ചുള്ള ഗവേഷണത്തിന് കണ്ണൂർ സർവ്വകലാശാലയിൽനിന്ന് പി.എച്ച്.ഡി.ബിരുദം ലഭിച്ചു. *മലയാളസാഹിത്യചരിത്രം കുട്ടികൾക്ക്, ഭാവിയുടെ പുസ്തകം, ആലിലയും നെൽക്കതിരും: സച്ചിദാനന്ദന്റെ സഞ്ചാരപഥങ്ങൾ* എന്നിവ കൃതികൾ. കോഴിക്കോട് ജില്ലയിൽ ഗവ.ഹയർ സെക്കണ്ടറി സ്കൂളിൽ പ്ലസ് ടു വിഭാഗം മലയാളം അധ്യാപകൻ.

ഭാര്യ: നിഷ എസ്.വി മക്കൾ: ഗൗതം, ഗീതിക.

ഫോൺ: 9048484101

ഡോ. പി സുരേഷ്

നവോത്ഥാന പരമ്പര

അനീതിയും അസമത്വവും അയിത്തവും അനാചാരവും തളം കെട്ടി നിന്ന, ഭ്രാന്താലയമെന്ന് പേരുകേട്ട കേരളീയ സമൂഹത്തിൽ നവോത്ഥാന കാഹളം മുഴക്കി സമൂഹത്തെ മാറ്റി മറിച്ച നവോത്ഥാന പോരാളികളുടെ ജീവിതവും ഇടപെടലുകളുമാണ് നവോത്ഥാന പരമ്പ രയിൽ സമാഹരിക്കുന്നത്. ശ്രീനാരായണഗുരു, ചാവറയച്ചൻ, വക്കം അബ്ദുൽ ഖാദർ മൗലവി, ചട്ടമ്പിസ്വാമികൾ, സഹോദരൻ അയ്യപ്പൻ, വാഗ്ഭടാനന്ദൻ, അയ്യങ്കാളി, വി.ടി ഭട്ടതിരിപ്പാട്, പി. കൃഷ്ണപിള്ള, ആര്യാ പള്ളം തുടങ്ങി പത്ത് പേരാണ് ഈ പരമ്പരയിലുള്ളത്.

ഇത്തരമൊരു സംരംഭത്തിന് അകമഴിഞ്ഞ് പ്രോത്സാഹനമേകിയ സുമനസ്സുകളെ സ്നേഹപൂർവ്വം സ്മരിക്കുന്നു. യഥാസമയം പുസ്തകങ്ങൾ തയ്യാറാക്കി നൽകിയ പ്രിയ എഴുത്തുകാർക്ക് സ്നേഹം.

സുമേഷ് ഇൻസൈറ്റ്

ഉള്ളടക്കം

ഉണർവ്വിലേയ്ക്ക്

കേരളനവോത്ഥാനത്തെക്കുറിച്ചുള്ള പരമ്പരാഗത ധാരണകൾ പുനർവായനകൾക്ക് വിധേയമായിക്കൊണ്ടിരിക്കുകയാണ്. ഇന്ത്യയുടെ പല ഭാഗങ്ങളിലും ഉയർന്നുവരുന്ന ദലിത് മുന്നേറ്റങ്ങളുടെ സമകാലികപശ്ചാത്തലത്തിൽ ചരിത്രത്തിന്റെ പുനർവായനകൾക്ക് വലിയ രാഷ്ട്രീയപ്രാധാന്യമുണ്ട്.

ശ്രീനാരായണഗുരുവിൽ ആരംഭിക്കുകയും അദ്ദേഹത്തിൽത്തന്നെ അവസാനിക്കുകയും ചെയ്യു, തുടർച്ചയറ്റുപോയ സാമൂഹികചലനമാണ് നവോത്ഥാനം എന്ന സാമാന്യധാരണ ഇന്ന് അസ്വീകാര്യമായിത്തീർന്നിട്ടുണ്ട്.നവോത്ഥാനം എന്ന പേരിൽ അറിയപ്പെടുന്ന സാമൂഹികവും സാംസ്കാരികവുമായ ഉണർവിന്റെ കേന്ദ്രം യൂറോപ്പാണെന്ന് ചരിത്രപുസ്തകങ്ങൾ പഠിപ്പിക്കുന്നു. എന്നാൽ ചൈനയും അറേബ്യയും ഈജിപ്തും മെസപ്പൊട്ടേമിയയും അടക്കമുള്ള സാംസ്കാരിക നവോത്ഥാനത്തിന്റെ ആദ്യപഥികരെ അവഗണിച്ചുകൊണ്ട് നവോത്ഥാനത്തെപ്പറ്റി ആലോചിക്കാൻ കഴിയില്ല.

ഇന്ത്യയിൽ പത്തൊമ്പതാം നൂറ്റാണ്ടിൽ ഉരുവംകൊണ്ട നവോത്ഥാനപ്രസ്ഥാനങ്ങളുടെയെല്ലാം പിന്നിൽ പാശ്ചാത്യാശയങ്ങളുടെ സ്വാധീനമുണ്ടായിരുന്നു. സ്വാതന്ത്ര്യം, സമത്വം, ജനാധിപത്യം, മാനവികത തുടങ്ങിയവയെക്കുറിച്ചുള്ള പാശ്ചാത്യ സങ്കല്പങ്ങൾ ഇന്ത്യയിലെ നവോത്ഥാന നായകരുടെആശയലോകത്തെയും കർമ്മ മണ്ഡലത്തെയും പ്രചോദിപ്പിച്ചിരുന്നു. 1828 ൽ രൂപംകൊണ്ട ബ്രഹ്മസമാജം, 1867ലെ പ്രാർത്ഥനാസമാജം, 1875ലെ ആര്യസമാജം എന്നീ പരിഷ്കരണ പ്രസ്ഥാനങ്ങൾ ആധ്യാത്മികതയിൽ അധിഷ്ഠിതമായ മാനവിക സംസ്കാരത്തിന്റെ ഉയിർത്തെഴുന്നേല്പാണ് സ്വപ്നം കണ്ടത്. വ്യക്തിസ്വാതന്ത്ര്യത്തിനും മാനവികതയിൽ അധിഷ്ഠിതമായ സാഹോദര്യത്തിനും അവ പ്രാധാന്യം കൽപിച്ചിരുന്നു.

ഇന്ത്യൻ നവോത്ഥാനം ഒരു പാശ്ചാത്യവൽക്കരണ പ്രക്രിയയായിരുന്നെന്നും നാരായണഗുരുവിനെ പാശ്ചാത്യാശയങ്ങൾ സ്വാധീനിച്ചിരുന്നു എന്നും വിലയിരുത്തപ്പെട്ടിട്ടുണ്ട്. 'നമുക്ക് സന്യാസം തന്നത് ബ്രിട്ടീഷുകാരാണ്' എന്ന ഗുരുവിന്റെ വാക്കുകളിൽ ഇതിന്റെ സൂചനയുണ്ട്. ഇന്ത്യയെ ആധുനികവൽക്കരിക്കുന്നതിൽ പാശ്ചാത്യാശയങ്ങൾ വഹിച്ച പങ്കിനെയും അവ മുന്നോട്ടുവെച്ച നവീനമായ പ്രബുദ്ധതയെയും നാം തള്ളിക്കളയേണ്ടതില്ല. കേവലം മതനവീകരണപ്രസ്ഥാനങ്ങളായി ആരംഭിച്ച പല സംഘടനകളും ജാതിവിരുദ്ധപ്രസ്ഥാനങ്ങളായി പരിണമിച്ചതിന്റെ ചരിത്രം പരിശോധിക്കുമ്പോൾ ആധുനികമായ പ്രബുദ്ധതയെ ആന്തരികവൽക്കരിച്ചതിന്റെ ചരിത്രത്തിലേക്കും നാം എത്തിച്ചേരേണ്ടതുണ്ട്.

പി. ഗോവിന്ദപ്പിള്ള ചൂണ്ടിക്കാണിച്ചതുപോലെ നിരവധി ചരിത്ര സംഭവങ്ങളും സാമൂഹ്യ പ്രവണതകളും സവിശേഷകാലഘട്ടത്തിൽ ഒരുമിച്ച്ചേർന്ന് ജന്മം നൽകുന്ന ഒരു ബഹുധാരാപ്രസ്ഥാനമാണ് നവോത്ഥാനം. അദ്ദേഹം സൂചിപ്പിച്ച ബഹുധാരാ സ്വഭാവത്തെ തള്ളിക്കളഞ്ഞ് ഏകശിലാത്മകമായ മുന്നേറ്റമായി നവോത്ഥാനത്തെ ചുരുക്കിക്കാണാനുള്ള ശ്രമങ്ങൾ നടന്നിട്ടുണ്ട്.

പത്തൊമ്പത്, ഇരുപത് നൂറ്റാണ്ടുകളിൽ രൂപംകൊണ്ട നിരവധി സാമൂഹികപ്രസ്ഥാനങ്ങളും സാമുദായിക സംഘടനകളും കേരളത്തിന്റെ സാമൂഹികചരിത്രത്തെ ആഴത്തിൽ സ്വാധീനിക്കുകയും പരിവർത്തിപ്പിക്കുകയും ചെയ്തു. പാശ്ചാത്യാധുനികതയുടെ പുതുവെളിച്ചങ്ങളും ജനാധിപത്യസങ്കല്പങ്ങളും കേരളത്തിന്റെ സാമൂഹ്യഘടനയെ പൊളിച്ചെഴുതി. ഇരുട്ടിൽ കഴിഞ്ഞിരുന്ന പതിത ജനതയുടെ ഉയിർത്തെഴുന്നേല്പിന് ഇത് വേഗം കൂട്ടി.

ബ്രാഹ്മണ പൗരോഹിത്യവും സവർണാധികാരഘടനയും ശ്രേണീബദ്ധമായ ജാതിവ്യവസ്ഥയെ നിലനിർത്തുന്നതിൽ എക്കാലത്തും ശ്രദ്ധാലുക്കളായിരുന്നു. നൂറ്റാണ്ടുകളായി തങ്ങൾ സംരക്ഷിച്ചുപോന്ന അധികാരബന്ധങ്ങളും ആചാരവിശ്വാസങ്ങളും ചോദ്യംചെയ്യപ്പെടാതെ നിലനിർത്തേണ്ടത് അവരുടെ ആവശ്യമായിരുന്നു. അതുകൊണ്ടുതന്നെ സമൂഹശരീരത്തിന്റെ സർവ്വ മേഖലകളിൽനിന്നും കീഴാളജനതയെ അകറ്റിനിർത്തി. അധഃകൃതന്റെ വിദ്യാഭ്യാസം, പാർപ്പിടം, തൊഴിൽ, ഭക്ഷണം, വസ്ത്രം, സഞ്ചാരം, ദൈവവിശ്വാസം തുടങ്ങിയ നാനാതരം അവകാശങ്ങളെയും കാലങ്ങളോളം നിർണയിക്കുവാൻ ഉന്നത ശ്രേണികളിലുള്ളവർക്ക് കഴിഞ്ഞു.

ഇതിനെതിരെ കേരളത്തിന്റെ വിവിധ പ്രദേശങ്ങളിൽനിന്ന് ഉയർന്നുവന്ന നവീകരണശ്രമങ്ങളും പ്രതിരോധ-പ്രതിഷേധ സമരങ്ങളും

വേണ്ടവിധം അടയാളപ്പെടുത്താൻ നമ്മുടെ വ്യവസ്ഥാപിത ചരിത്രം തയ്യാറായിരുന്നില്ല. ഒറ്റപ്പെട്ടതെങ്കിലും വിധ്വംസകശേഷിയുള്ള നിരവധി പ്രക്ഷോഭങ്ങൾ അസംഘടിതമായി തിരുവിതാംകൂറിലും കൊച്ചിയിലും മലബാറിലും അക്കാലത്ത് നടന്നിരുന്നു.

ആറാട്ടുപുഴ വേലായുധപ്പണിക്കർ, തൈക്കാട്ട് അയ്യാഗുരു, പൊയ്കയിൽ അപ്പച്ചൻ, കെ.പി. കറുപ്പൻ, കെ.പി. വള്ളോൻ, അയ്യങ്കാളി, ചട്ടമ്പിസ്വാമികൾ, മക്തിതങ്ങൾ, തുടങ്ങിയവരുടെ അക്കാലത്തെ അത്യന്തം വിപ്ലവകരമായ മുന്നേറ്റ ശ്രമങ്ങളെ ഇന്നും ഇരുട്ടിൽ നിർത്തുന്നതാണ് നമ്മുടെ ചരിത്രരചനാ രീതിശാസ്ത്രം.

കേരളത്തിൽ അനേക നൂറ്റാണ്ടുകാലം ഭരണക്രമവും ധർമ്മസംഹിതയും സാമൂഹ്യവ്യവസ്ഥയുമായെല്ലാം നിലകൊണ്ട വൈദികഹിന്ദുമതത്തിലെ ജാതിഘടനയുടെ മർമ്മം ബ്രാഹ്മണഭക്തിയായിരുന്നു എന്നും ഇതിനെയാണ് അരുവിപ്പുറം പ്രതിഷ്ഠയിലൂടെ നാരായണഗുരു നിശ്ശബ്ദമായി തകർത്തുകളഞ്ഞത് എന്നും ബി.രാജീവൻ എഴുതുന്നുണ്ട്. 1888ലാണ് കേരളത്തിലെ ജാതിഹിന്ദുത്വത്തിന്റെ പൗരോഹിത്യാധികാരത്തെ ചോദ്യംചെയ്തുകൊണ്ട് ഗുരു 'ഈഴവശ്ശിവനെ' പ്രതിഷ്ഠിക്കുന്നത്. എന്നാൽ ഇതിനുമുമ്പുതന്നെ ആറാട്ടുപുഴ വേലായുധപ്പണിക്കരും (1825-1874) വൈകുണ്ഠസ്വാമികളും (1809-1851) തൈക്കാട്ട് അയ്യാസ്വാമികളും (1814-1910) ചട്ടമ്പിസ്വാമിയും (1853-1924) നിലനിന്നിരുന്ന സവർണാധികാരത്തെ പലനിലയ്ക്കും ചോദ്യം ചെയ്തിരുന്നു. ഒറ്റപ്പെട്ടതും പ്രാദേശികസ്വഭാവമാർന്നതുമായ ഇവരുടെ ചെറുത്തുനില്പുകൾക്ക് സംഘടനാസ്വഭാവവും ദാർശനിക മാനവും കൈവന്നത് ഗുരുവിന്റെ വരവോടെയായിരുന്നു.

കേരളത്തിലെ അടിച്ചമർത്തപ്പെട്ട സമൂഹത്തിൽനിന്ന് ആദ്യമായി ഉയർന്നുവന്ന നവോത്ഥാന നായകനും വിപ്ലവകാരിയും ആത്മീയഗുരുവുമാണ് മുത്തുക്കുട്ടിയെന്ന വൈകുണ്ഠസ്വാമികൾ എന്നാണ് വേലായുധൻ പണിക്കശ്ശേരി എഴുതുന്നത്. കേരളത്തിലെ സാമൂഹികപരിഷ്കരണപ്രസ്ഥാനങ്ങളുടെ പ്രോദ്ഘാടകൻ എന്ന് പ്രൊഫ. വി. കാർത്തികേയൻ നായർ വൈകുണ്ഠസ്വാമികളെ വിശേഷിപ്പിക്കുന്നുണ്ട്. സമൂഹത്തിന്റെ ഏറ്റവും അടിത്തട്ടിൽ കഴിഞ്ഞിരുന്ന പതിനേഴ ജാതികളെ ഒന്നിച്ചുചേർത്ത് 1837 ൽ, വൈകുണ്ഠസ്വാമികൾ സ്ഥാപിച്ച 'സമത്വസമാജം' ഈ ഗണത്തിൽപ്പെട്ട ആദ്യ സംഘടനയാണ്. ചാന്നാർ, പുലയർ, മുക്കുവർ, പറയർ തുടങ്ങിയ അവർണ കിഴാളജനതയുടെ ഉന്നമനമായിരുന്നു അദ്ദേഹം ലക്ഷ്യമാക്കിയത്. പത്തൊമ്പതാം നൂറ്റാണ്ടിന്റെ പൂർവ്വാർദ്ധത്തിൽ കേരളത്തിലെ ജാതിഘടന എത്രമാത്രം ജീർണമായിരുന്നു എന്ന് മനസ്സിലാക്കുമ്പോഴാണ് ഈ പ്രവർത്തനത്തിലടങ്ങിയ വിപ്ലവസ്വഭാവം വ്യക്തമാവുക.

സമത്വസമാജം സ്ഥാപിച്ച് പതിനെട്ട വർഷത്തിനു ശേഷമാണ് നാരായണഗുരു ജനിക്കുന്നത്. 'ഒരു ജാതി ഒരു മതം ഒരു ദൈവം ഒരു ഭാഷ ഒരു ദേശം ഒരു കുലം ഒരു ലോകം' എന്ന വൈകുണ്ഠസ്വാമിയുടെ വചനം സമത്വാധിഷ്ഠിതമായ ഏകലോകസങ്കല്പത്തെ വിഭാവനം ചെയ്യുന്നു. സ്വന്തം വീട്ടുവളപ്പിൽ കിണർകുഴിച്ച് എല്ലാ ജാതിമത വിഭാഗങ്ങൾക്കും ഉപയോഗിക്കാൻ അനുവാദം നൽകുകയും ആദ്യമായി കണ്ണാടിപ്രതിഷ്ഠ നടത്തുകയും സാക്ഷരതാകേന്ദ്രങ്ങളായി നിശാപാഠശാലകൾ സ്ഥാപിക്കുകയും ചെയ്തുകൊണ്ട് അവർണരുടെ ആത്മാഭിമാനമുണർത്താൻ ശ്രമിച്ച വൈകുണ്ഠസ്വാമികളെ നമ്മുടെ സവർണ ചരിത്രബോധം തമസ്കരിക്കുകയായിരുന്നു. ചരിത്രത്തിലാദ്യമായി ജാതിവിഭാഗങ്ങളെ ഒന്നിച്ചിരുത്തി 'സഹപന്തിഭോജനം' നടത്തിയതും വൈകുണ്ഠസ്വാമികളാണ്.

അവർണർക്കുവേണ്ടി പള്ളിക്കൂടം തുടങ്ങുകയും വായനശാലയും കളരിയും തുടങ്ങുകയും അതുവരെ സവർണർക്കുമാത്രം പ്രവേശനമുണ്ടായിരുന്ന കളിയോഗം സ്ഥാപിക്കുകയും ചെയ്ത ആറാട്ടുപുഴ വേലായുധപ്പണിക്കർ കേരളനവോത്ഥാനനേതൃത്വത്തിലെ ആദ്യപഥികരിൽ ശ്രദ്ധേയനാണ്. സാമൂഹ്യപരിഷ്കരണത്തിന്റെയും സാംസ്കാരിക പരിവർത്തനത്തിന്റെയും വിമോചനാംശങ്ങളെ മൂർത്തമായ കർമ്മപദ്ധതികളിലൂടെ പ്രയോഗത്തിൽ വരുത്താൻ ശ്രമിച്ച വ്യക്തിത്വമായിരുന്നു അദ്ദേഹത്തിന്റേത്. 1852 ൽ തന്റെ തറവാട്ടു വളപ്പിലെ ക്ഷേത്രത്തിൽ അദ്ദേഹം കണ്ണാടിപ്രതിഷ്ഠ നടത്തി. ഈഴവസ്ത്രീകളടക്കമുള്ള അവർണർക്ക് അച്ചിപ്പുടവയും മേൽമുണ്ടും ധരിക്കാനുള്ള അവകാശത്തിനായി പോരടിക്കുകയും വിജയിക്കുകയും ചെയ്തു അദ്ദേഹം. അവർണസ്ത്രീകൾ മൂക്കുത്തി ധരിച്ചതിനെ സവർണ പ്രമാണിമാർ ചോദ്യംചെയ്തപ്പോൾ ആയിരം മൂക്കുത്തികൾ സ്വന്തമായി വാങ്ങിനൽകി പ്രതിരോധം തീർത്തു, വേലായുധപ്പണിക്കർ. ഇത്തരം സമരങ്ങളൊക്കെ കീഴാളജനതയിൽ ആത്മാഭിമാനവും സംഘബോധവും സൃഷ്ടിക്കുന്നതിൽ വലിയ പങ്കുവഹിച്ചു. 1865ൽ ഈഴവരടക്കമുള്ള പിന്നോക്കജാതിക്കാർക്ക് മേൽവസ്ത്രം ധരിക്കാനുള്ള അവകാശം നൽകിക്കൊണ്ട് രാജകീയ വിളംബരം പുറത്തുവരാനിടയാക്കിയതിൽ ആറാട്ടുപുഴയുടെ ഇത്തരം സമരങ്ങൾക്ക് നിഷേധിക്കാനാവാത്ത പങ്കുണ്ട്.

ജാതിഹിന്ദുക്കളുടെ അടിമത്തത്തിൽനിന്നും പീഡനങ്ങളിൽനിന്നും അവർണജനതയെ വിമോചിപ്പിക്കുക എന്നതിനൊപ്പം അവർക്ക് ഭൗതികവും ആത്മീയവും സാംസ്കാരികവുമായ അബോധം പകർന്നുകൊടുക്കുക എന്ന സുപ്രധാന ദൗത്യവും വേലായുധപ്പണിക്കർ നിർവ്വഹിച്ചു.

'ഇന്ത ഉലകത്തിലേ ഒരേ ഒരു ജാതി താൻ, ഒരേ ഒരു മതം താൻ, ഒരേ ഒരു കടവുൾ താൻ' എന്ന് പ്രഖ്യാപിച്ച തൈക്കാട്ട് അയ്യസ്വാമികൾ 1881 മുതൽ എല്ലാ വർഷവും തന്റെ വസതിയിൽ സമപന്തി ഭോജനം

നടത്തിവന്നിരുന്നു. ഇത് ഇഷ്ടപ്പെടാതിരുന്ന സവർണപ്രമാണിമാർ അദ്ദേഹത്തെ പാണ്ടിപ്പറയൻ എന്നുവിളിച്ച് അധിക്ഷേപിച്ചിരുന്നു. മതേതരമായ ജനാധിപത്യബോധം സമൂഹമനസ്സിൽ രൂപീകരിക്കുന്നതിന് സമപന്തിഭോജനം പോലുള്ള പരിപാടികൾ സഹായിച്ചു. ചട്ടമ്പിസ്വാമികൾ, ശ്രീനാരായണഗുരു, ഡോ. പല്പു, കുമാരനാശാൻ, അയ്യങ്കാളി, സഹോദരൻ അയ്യപ്പൻ, തുടങ്ങിയവർ സമപന്തിഭോജനത്തിൽ പങ്കെടുത്തിരുന്നു.

സാമൂഹ്യജീവിതത്തിലെ ഉച്ചനീചത്വങ്ങൾക്കും വിവേചനങ്ങൾക്കും കാരണക്കാർ ബ്രാഹ്മണപൗരോഹിത്യമാണെന്ന കാഴ്ചപ്പാടിൽനിന്നാണ് ചട്ടമ്പിസ്വാമികളുടെ വ്യവസ്ഥാവിമർശനങ്ങൾ ഉണ്ടാകുന്നത്. പ്രാചീനമലയാളം, വേദാധികാരനിരൂപണം തുടങ്ങിയ കൃതികളിലൂടെ ആശയലോകത്തിലെ ബ്രാഹ്മണാധിപത്യത്തെ അദ്ദേഹം ചോദ്യം ചെയ്തു.

അയ്യങ്കാളിയുടെ വില്ലുവണ്ടിയാത്ര, അവർണരുടെ വിദ്യാഭ്യാസാവകാശത്തിനായി നടത്തിയ കർഷകത്തൊഴിലാളി പണിമുടക്ക് തുടങ്ങിയ ചരിത്രപ്രധാനമായ പ്രതിരോധ സമരങ്ങളും മക്തിതങ്ങൾ, കെ.പി. വള്ളോൻ, പൊയ്കയിൽ അപ്പച്ചൻ, കെ.പി. കറുപ്പൻ തുടങ്ങിയവരുടെ ഒട്ടൊക്കെ സാഹസികവും വിധ്വംസകവുമായ വ്യവസ്ഥാനിഷേധങ്ങളും വിമർശനാത്മക ഇടപെടലുകളും ആധുനികജനാധിപത്യകേരളത്തിന്റെ പിറവിക്ക് ഏറെ സഹായിച്ചിട്ടുണ്ട്.

'അധഃസ്ഥിത സാമൂഹിക വിഭാഗങ്ങൾ തനതായ നിലയ്ക്ക് രാഷ്ട്രീയാധികാരം പിടിച്ചുപറ്റിയാലേ ജാതിമർദ്ദനത്തിൽനിന്ന് മോചിതരാവൂ' എന്ന അംബേദ്കറുടെ വാക്കുകളുടെ രാഷ്ട്രീയധ്വനികൾ ഇന്ന് ഇന്ത്യയുടെ വിവിധ ഭാഗങ്ങളിൽ അലയടിക്കുന്നുണ്ട്. എന്നാൽ ഇത്തരത്തിലുള്ള അവബോധപരമായ ഉണർവ്വ് കടന്നുവരാതിരുന്ന കാലത്താണ് കേരളത്തിലെ കുഗ്രാമങ്ങളിൽ സ്വാതന്ത്ര്യത്തിനുവേണ്ടി പിടഞ്ഞ അടിസ്ഥാനജനതയുടെ അതിജീവനശ്രമങ്ങൾ നടക്കുന്നത്. അവയുടെ രാഷ്ട്രീയമായ വിമോചനമൂല്യം നാം വേണ്ടത്ര തിരിച്ചറിഞ്ഞിട്ടുണ്ടോ എന്നു സംശയമാണ്.

സാമുദായിക വിവേചനം, ജാതി അടിമത്തം, നിസ്വവൽക്കരണം തുടങ്ങിയവയുമായി ബന്ധപ്പെട്ട ചെറുത്തുനിൽപുകളായാണ് സമുദായ പരിഷ്കരണശ്രമങ്ങളിൽ ഏറെയും മുളപൊട്ടിയത് എങ്കിലും അവയിലടങ്ങിയ സ്വാതന്ത്ര്യബോധം വിസ്മയകരമായിരുന്നു. ഇന്ന് സ്വത്വവാദമെന്നൊക്കെ വ്യാഖ്യാനിക്കാമെങ്കിലും ബ്രാഹ്മണാധീശത്വത്തിന്റെയും ജാതിഹിന്ദുത്വത്തിന്റെയും അധികാരരൂപങ്ങളെ ചോദ്യം ചെയ്ത് സ്വന്തം സ്വത്വത്തെ സ്ഥാപിച്ചെടുക്കേണ്ടത് അക്കാലത്തെ കീഴാളജനതയുടെ അതിജീവനത്തിന് ആവശ്യമായിരുന്നു.

കേരളത്തിലാകമാനം വേരോടി പടർന്നതും പല വിതാനങ്ങളിൽ മുളപൊട്ടിയതുമായ നവലോകചിന്തകൾക്ക് ഊർജ്ജം പകർന്നു എന്നതുകൊണ്ടുതന്നെ സമുദായപരിഷ്കരണശ്രമങ്ങളെ കേരളത്തിലെ സുപ്രധാനമായ സാമൂഹ്യമുന്നേറ്റമായി കാണേണ്ടതുണ്ട്. ഇവ നായർ, ഈഴവ, ബ്രാഹ്മണ, പുലയ സമുദായങ്ങളുടെ ആഭ്യന്തരകാര്യങ്ങൾക്കപ്പുറത്ത്, ചരിത്രത്തിന്റെ ഗതി നിർണയിച്ച സാമൂഹികചലനങ്ങളായാണ് വിലയിരുത്തപ്പെടേണ്ടത്.

'ജീവിക്കാനുള്ള അധികാരം പിടിച്ചെടുക്കുക എന്നതായിരുന്നു നവോത്ഥാനത്തിന്റെ ലക്ഷ്യം' എന്ന് എം.എൻ വിജയൻ പറയുന്നുണ്ട്. ആത്മാഭിമാനത്തോടെ ജീവിക്കാനുള്ള തിരസ്കൃതജനതയുടെ പോരാട്ടം തന്നെയായിരുന്നു അക്കാലത്ത് നടന്നത്. പാശ്ചാത്യ ഹ്യൂമനിസത്തിൽ അധിഷ്ഠിതമായ കാഴ്ചപ്പാട് വ്യാപകമാവുകയും വരേണ്യനിർമ്മിതമായ ശ്രേണീകരണത്തിനതീതമായി മനുഷ്യൻ എന്ന സങ്കല്പം പ്രതിഷ്ഠിക്കപ്പെടുകയും ചെയ്തു. ദലിതരെയും ഈഴവരെയും നമ്പൂതിരിയെയും 'മനുഷ്യനാക്കുക' എന്ന സങ്കല്പം വളർന്നുവന്നു.

'മനുഷ്യനെ' അപ്രസക്തമാക്കുകയോ അവഹേളിക്കുകയോ ചെയ്യുന്ന സ്ഥാപനവൽക്കരിക്കപ്പെട്ട എല്ലാ ഘടനകൾക്കുമെതിരെ നവോത്ഥാനനായകർ നിലകൊണ്ടു. മതം, ജാതി, വിദ്യാഭ്യാസത്തിന്റെ അഭാവം, അധികാരമില്ലായ്മ തുടങ്ങിയവയാണ് മനു ഷ്യലോകത്തിലേക്കുള്ള പരിവർത്തനത്തിന് തടസ്സങ്ങൾ എന്നതിനാൽ അവയെയാണ് ആദ്യം തകർക്കേണ്ടത് എന്ന് അവർ തിരിച്ചറിഞ്ഞു. നാരായണഗുരു ഇത് കൃത്യമായി ഉൾക്കൊണ്ടിരുന്നു. മനുഷ്യന്റെ ജാതി മനുഷ്യത്വമാണെന്നാണ് ഗുരു പറഞ്ഞത്.

വിദ്യനേടി പ്രബുദ്ധരാകാനുള്ള നാരായണഗുരുവിന്റെയും അയ്യങ്കാളിയുടെയും ഉദ്ബോധനങ്ങൾ ദൂരവ്യാപകമായ വിധത്തിൽ ഫലമുളവാക്കിയിരുന്നു. നമുക്കിനി അമ്പലങ്ങളല്ല, വിദ്യാലയങ്ങളും വ്യവസായവുമാണ് വേണ്ടത് എന്ന ഗുരുവിന്റെ നിലപാട് ഭൗതികോന്നതിയിലൂടെയുള്ള അവർണരുടെ വിമോചനത്തെയാണ് ലക്ഷ്യമാക്കിയത്. 1913-14 ൽ അയ്യങ്കാളിയുടെ നേതൃത്വത്തിൽ നടന്ന കർഷകത്തൊഴിലാളി പണിമുടക്ക് അവർണർക്ക് പൊതുവിദ്യാലയങ്ങളിൽ പ്രവേശനം അനുവദിക്കാൻ വേണ്ടിയായിരുന്നു. കീഴാളരായ അടിമജാതികളുടെ സ്വാതന്ത്ര്യസമരം തന്നെയായിരുന്നു നവോത്ഥാനകാലത്ത് നടന്നത്. ദേശീയസ്വാതന്ത്ര്യസമരമോ ഇന്ത്യയുടെ രാഷ്ട്രീയമായ വിമോചനമോ ഇവരുടെയൊന്നും ചിന്തയെ ആഴത്തിൽ മഥിച്ചില്ല. കാരണം അവർക്ക് സ്വാതന്ത്ര്യം നേടേണ്ടിയിരുന്നത് ബ്രിട്ടീഷുകാരിൽനിന്ന് എന്നതിലുപരി തങ്ങൾക്കുമുകളിൽ ജാതിഹിന്ദുത്വം അടിച്ചേല്പിച്ച അടിമത്തത്തിൽ നിന്നായിരുന്നു.

'ചിന്തിക്ക ജാതിമദിരാന്ധ, രടിച്ചതമ്മി-
ലന്തപ്പെട്ടും തനയ, രെന്തിനയേ 'സ്വരാജ്യം'?

എന്ന് കുമാരനാശാൻ ചോദിച്ചത് എല്ലാവർക്കും ഇടമുള്ള ഒരു സ്വരാജ്യസങ്കല്പം ഉയർന്നുവന്നിരുന്നില്ല എന്നതുകൊണ്ടുകൂടിയാണ്; അല്ലാതെ ആശാൻ സ്വാതന്ത്ര്യത്തിന് എതിരായിരുന്നതുകൊണ്ടല്ല. 'സാധുനിര താണു വശംകെടുന്നു' എന്നും 'നിസ്വരിഹ നമ്മുടെക്കൂട്ടരെല്ലാം' എന്നുമുള്ള ബോധ്യത്തിൽനിന്നാണ് രാജ്യസ്വാതന്ത്ര്യത്തെക്കാൾ, തന്റെ വംശത്തിന്റെ പാരതന്ത്ര്യത്തെക്കുറിച്ച് പാടാൻ ആശാൻ ശ്രമിച്ചത്.

1905 ൽ എഴുതി 1912 ൽ പ്രസിദ്ധീകരിച്ച 'ജാതിക്കുമ്മി'യിൽ കെ.പി. കറുപ്പൻ ഇങ്ങനെ എഴുതുന്നു:

'ഇക്കാണും ലോകങ്ങളീശ്വരന്റെ
മക്കളാണെല്ലാമൊരു ജാതി
നീക്കി നിറുത്താമോ സമസൃഷ്ടിയെ
ദൈവം നോക്കിയിരിപ്പില്ലേ യോഗപ്പെണ്ണേ-
തീണ്ടൽ ധിക്കാരമല്ലയോ ജ്ഞാനപ്പെണ്ണേ'

ജാതി ശ്രേണിയിലെ ഉയർന്നവർതന്നെ പ്രമാണമായംഗീകരിക്കുന്ന വേദോപനിഷത്തുക്കളെയും പുരാണങ്ങളെയും ഉദാഹരിച്ചുകൊണ്ടാണ് ഈ കവി സവർണാധിക്കാരങ്ങളെ ചോദ്യം ചെയ്യുന്നത്.

പൊയ്കയിൽ അപ്പച്ചൻ(1879-1939) ചരിത്രത്തിൽനിന്ന് നിഷ്കാസിതരായ അടിസ്ഥാനവർഗത്തെക്കുറിച്ചോർത്ത് വിലപിക്കുന്നു.

'ഹിന്ദുമതത്തിൻ പുറവഴിയെ നമ്മൾ
അനാഥരെന്നപോൽ സഞ്ചരിച്ചു
ക്രിസ്തുമതത്തിൻ പുറവഴിയെ നമ്മൾ
അനാഥരെന്നപോൽ സഞ്ചരിച്ചു
ഹിന്ദുമതത്തിലും ചേർത്തില്ലല്ലോ നമ്മെ
ക്രിസ്തുമതത്തിലും ചേർത്തില്ലല്ലോ'

ഹിന്ദുമതത്തിലെ ജാതിഅടിമത്തത്തിൽനിന്ന് രക്ഷനേടാൻ ക്രിസ്തുമതത്തിൽ ചേർന്നിട്ടും ആ മതത്തിലെ കീഴാളരായി കഴിയാനായിരുന്നു അപ്പച്ചൻ എന്ന യോഹന്നാന് നിയോഗം. ജാതിയാണ് ഏറ്റവും ക്രൂരമായ യാഥാർത്ഥ്യം എന്ന് അപ്പച്ചന്റെയും കൂട്ടരുടെയും ജീവിതം നമ്മോട് പറയും.

'കാണുന്നീലൊരക്ഷരവും
എന്റെ വംശത്തെപ്പറ്റി
കാണുന്നുണ്ടനേകവംശത്തിൻ
ചരിത്രങ്ങൾ'

എന്ന് അടിസ്ഥാനവർഗ്ഗങ്ങൾ നേരിട്ട വംശീയ ബഹിഷ്കരണത്തെപ്പറ്റി അദ്ദേഹം എഴുതുന്നു. ചരിത്രത്തിൽ ഇടംനേടാനാകാതെപോയവരുടെ പിടച്ചിലും കുതറലും സ്വയം സ്ഥാനപ്പെടുത്താനുള്ള പോരാട്ടവുമാണ് നവോത്ഥാനകേരളത്തെ സാധ്യമാക്കിയത്.

1888 ൽ നാരായണഗുരു മുങ്ങിയെടുത്ത ഒരു കല്ല് അധഃകൃതന്റെ സ്വത്വത്തെയാണ് പ്രതിഷ്ഠിച്ചത്; ഒരു പുതിയ ദൈവത്തെയായിരുന്നില്ല. അതുകൊണ്ടാണ് കേരളചരിത്രത്തിലെ നാഴികക്കല്ലായി ഒരു വെറും കല്ല് മാറിപ്പോയത്. ‘ജാതിഭേദവും മതദ്വേഷവുമില്ലാത്ത; സർവ്വരും സോദരത്വേന വാഴുന്ന മാതൃകാസ്ഥാനമായി’ കേരളത്തെ സങ്കല്പിക്കാൻ കഴിഞ്ഞു എന്നതാണ് ഗുരുവിന്റെ മഹത്വം.

നൂറ്റാണ്ടുകളായി ഇന്ത്യൻ സാമൂഹ്യജീവിതത്തിനുമേൽ പിടിമുറുക്കിയിരുന്ന ജാതിഹിന്ദുത്വത്തിന്റെ പ്രത്യയശാസ്ത്രാടിത്തറയെ വേണ്ടവിധത്തിൽ ചോദ്യംചെയ്യാൻ നാരായണഗുരുവിനു സാധിച്ചിട്ടില്ല എന്ന വിമർശനം ഉയർന്നുവന്നിട്ടുണ്ട്. ഹിന്ദുത്വത്തിന്റെ ആശയധാരകൾ ജാതിസമ്പ്രദായത്തിന്റെ ഇഷ്ടികക്കൂമ്പുകളിലാണ് പടുത്തുയർത്തിയിരിക്കുന്നത്. ഭൗതികമായ പരിഷ്കരണങ്ങളിലൂടെ ഈഴവരുടെയും മറ്റ് അവർണജാതികളുടെയും അവശതകൾ ഇല്ലാതാക്കാമെന്നു കരുതിയിരുന്ന ഗുരു ഹിന്ദുത്വത്തിന്റെ ആധ്യാത്മിക പാരമ്പര്യത്തെ തന്റെ ചില പ്രവർത്തനങ്ങളിലൂടെ അട്ടിമറിക്കാൻ ശ്രമിച്ചിരുന്നത് കാണാതിരുന്നുകൂടാ.

ആചാരങ്ങളിലും വിശ്വാസങ്ങളിലും ക്ഷേത്രകേന്ദ്രിതമായ പ്രമാണങ്ങളിലുമായി അടിത്തറയുറപ്പിച്ചിരുന്ന ഹിന്ദുത്വത്തിലെ ബ്രാഹ്മണികധാരയെ പലതരത്തിലും അട്ടിമറിക്കാൻ ഗുരു ശ്രമിച്ചിട്ടുണ്ട്. അവർണർക്ക് അപ്രാപ്യമായിരുന്ന സന്യാസത്തെ, ആധുനികത നൽകിയ ഉദാരതയുടെ വിടവിലൂടെ സ്വാംശീകരിച്ചുകൊണ്ടാണ് വിധ്വംസകമായ തന്റെ പ്രവൃത്തി ഗുരു തുടങ്ങിവെച്ചത്.

തന്റെ നവീകരണപ്രവർത്തനങ്ങളെ സന്യാസപരിവേഷമുപയോഗിച്ച് ന്യായീകരിക്കാൻ നാരായണഗുരുവിന് അബോധാത്മകമായി സാധിച്ചു. പക്ഷേ, ഹൈന്ദവികതയുടെ ധർമ്മസംഹിതകളെ പൂർണമായി നിഷ്കാസനം ചെയ്യാൻ അദ്ദേഹത്തിനോ, അക്കാലത്തെ പരിഷ്കരണപ്രസ്ഥാനങ്ങൾക്കോ സാധിച്ചില്ല എന്നത് വസ്തുതയാണ്.

ഗുരുവിനു മുമ്പ് ഇന്ത്യയുടെ പലഭാഗങ്ങളിലും നടന്ന ജാതി വിരുദ്ധ മുന്നേറ്റങ്ങൾക്ക് കൃത്യമായ പ്രത്യയശാസ്ത്രാടിത്തറയുണ്ടായിരുന്നില്ല എന്നതായിരുന്നു അവയുടെ പരിമിതി. അവയിലേറെയും താൽക്കാലികമായ പ്രതിരോധങ്ങളും ഏകോപനസ്വഭാവമില്ലാത്ത മുന്നേറ്റങ്ങളും തുടർച്ചയില്ലാതെപോയ സംഘാടനങ്ങളുമായിരുന്നു. വിപ്ലവകരമായ ഉള്ളടക്കങ്ങളുണ്ടായിരുന്നിട്ടും ദാർശനികാടിത്തറയുടെ അഭാവത്താൽ

അവയെല്ലാം അതിജീവനശ്രമങ്ങളുടെ ആദ്യാങ്കുരങ്ങളായി ചരിത്രത്തിൽ അവശേഷിച്ചുപോയി. ഇത്തരം ശ്രമങ്ങളിലടങ്ങിയ വിപ്ലവാംശത്തെ കാണാനോ അംഗീകരിക്കാനോ കേരളത്തിലെ പ്രാമാണിക ചരിത്രകാരന്മാർ ശ്രമിച്ചതുമില്ല.

തന്റെ ഹ്രസ്വജീവിതം മുഴുവൻ പോരാട്ടവേദിയാക്കിമാറ്റാൻ ശ്രമിച്ച ആറാട്ടുപുഴ വേലായുധപ്പണിക്കരെയോ കെ.പി. കറുപ്പൻ കെ. പി. വള്ളോൻ, പൊയ്കയിൽ അപ്പച്ചൻ തുടങ്ങിയവരെയോ വസ്തുനിഷ്ഠമായി വിലയിരുത്താൻ നാം തയ്യാറായില്ല. നാരായണഗുരുവിന്റെ പ്രഭാവങ്ങളാൽ വലയംചെയ്യപ്പെട്ടവരായിരുന്നില്ല ഇവരൊന്നും. കേരളനവോത്ഥാനചരിത്രത്തിൽ സ്വന്തമായി ഇടംനേടാൻ അർഹതയുള്ളവരായിരുന്നു ആറാട്ടുപുഴയടക്കമുള്ള ആദ്യപഥികർ. ഗുരുവിനു സമകാലികരായും ശേഷവും പ്രവർത്തിച്ച വ്യക്തികളും കൂട്ടായ്മകളും ഇങ്ങ തെമസ്കരണങ്ങൾക്കു വിധേയമായിട്ടുണ്ട്.

ഇരുപതാം നൂറ്റാണ്ടിന്റെ ആദ്യദശകങ്ങളിൽ രൂപംകൊണ്ട പരിഷ്കരണപ്രസ്ഥാനങ്ങൾ നിശ്ശബ്ദരാക്കപ്പെട്ട ജനതയെ മുഖ്യധാരയുടെ ഭാഗമാക്കാനായിരുന്നു ശ്രമിച്ചത്. എസ്.എൻ.ഡി.പി (1903), സാധുജനപരിപാലനസംഘം(1907), യോഗക്ഷേമസഭ(1908), വാലസമുദായപരിഷ്കരണസഭ(1910), പ്രത്യക്ഷരക്ഷാദൈവസഭ(1910), ഇസ്ലാം ധർമ്മപരിപാലനസംഘം, തിരുവിതാംകൂർ മുസ്ലിം മഹാസഭ, കൊച്ചി പുലയമഹാസഭ(1914), എൻ.എസ്.എസ്(1914) തുടങ്ങിയ പരിഷ്കരണ പ്രസ്ഥാനങ്ങൾ അതാത് സമുദായത്തിനകത്തെ അനാചാരങ്ങളെ പരിഷ്കരിക്കാൻ ശ്രമിക്കുന്നതിനപ്പുറം മനുഷ്യസമത്വത്തിനു വേണ്ടിയും സ്വാതന്ത്ര്യത്തിനു വേണ്ടിയുമുള്ള ജാഗ്രത്തായ ശ്രമങ്ങൾ എന്ന നിലയ്ക്കാവും ചരിത്രത്തിൽ അറിയപ്പെടുക.

ഇത്തരം പരിഷ്കരണപ്രസ്ഥാനങ്ങൾക്ക് ദ്വിമുഖമായ സമരം നയിക്കേണ്ടതായി വന്നിരുന്നു. സ്വസമുദായത്തിനകത്തെ ജീർണതകളോടും സ്വന്തം സമുദായത്തോട് ജാതി ശ്രേണിയിലെ ഇതരസമുദായങ്ങൾ കാണിക്കുന്ന നീതികേടുകളോടും ഒരേസമയം പൊരുതാൻ സമുദായാംഗങ്ങളെ സജ്ജരാക്കുകയായിരുന്നു പരിഷ്കരണവാദികൾ ചെയ്തിരുന്നത്. അതേസമയംതന്നെ, സ്വന്തം സമുദായം അതിലും താഴെയുള്ള ജാതികളോടുകാണിച്ചിരുന്ന അനീതിക്കെതിരെ അവരെ ഉദ്ബുദ്ധരാക്കുക എന്ന ദൗത്യം കൂടി അവർക്ക് വഹിക്കേണ്ടി വന്നു.

സാമുദായികധ്രുവീകരണത്തിലേക്കു നയിക്കുന്ന സങ്കുചിതപ്രവർത്തനങ്ങൾക്കു പകരം വിമോചനാത്മകമായ ജനാധിപത്യ ബോധത്തിലേക്ക് സമുദായാംഗങ്ങളെ നയിക്കുന്ന ആധുനികമായ പ്രവർത്തനപദ്ധതികൾ സ്വീകരിക്കുവാൻ അക്കാലത്തെ ദീർഘദർശികളായ

നോതാക്കൾക്കു സാധിച്ചു. അത്തരം പ്രവർത്തനങ്ങൾ കൊണ്ട് ആധുനികകേരളത്തിന്റെ സംസ്കാരരൂപീകരണപ്രക്രിയയ്ക്ക് ഉത്തേജനം നൽകിയ നവോത്ഥാനനേതാവാണ് സഹോദരൻ അയ്യപ്പൻ.

അരുവിപ്പുറം പ്രതിഷ്ഠകഴിഞ്ഞ് ഒരു വർഷത്തിനു ശേഷമാണ് അയ്യപ്പൻ ജനിച്ചത്. ആറാട്ടുപുഴ വേലായുധപ്പണിക്കർ അടക്കമുള്ള പരിഷ്കർത്താക്കൾ ഉഴുതുമറിച്ചിട്ട മണ്ണിലേക്കാണ് അയ്യപ്പൻ പിറന്നുവീണത്.

●

ഇരുട്ടു കീറിയ വജ്രസൂചി

നാരായണഗുരു ബ്രാഹ്മണ വൈദിക വർണ വ്യവസ്ഥയെ വെല്ലു വിളിച്ച് അരുവിപ്പുറത്ത് അവർണനായ ശിവനെ പ്രതിഷ്ഠിച്ച് ഒരു വർഷം കഴിഞ്ഞപ്പോഴാണ് അയ്യപ്പൻ ജനിക്കുന്നത്. 1889 ആഗസ്റ്റ് 22 ന് ജാതിഭേദങ്ങൾ അതിശക്തമായി നിലനിന്നിരുന്ന ഇരുണ്ട വ്യവസ്ഥസ്ഥകത്തേയ്ക്കായിരുന്നു അയ്യപ്പന്റെ പിറവി.

അക്കാലത്തെ കേരളത്തിലെ ഏതൊരു പ്രദേശത്തുമെന്നപോലെ ശക്തമായ ശ്രേണീകൃതമായ ജാതിഘടന നിലനിന്നിരുന്ന കൊച്ചിയിലെ ചെറായി എന്ന ഗ്രാമത്തിലാണ് അദ്ദേഹം ജനിച്ചത്. നരന് നരൻ അശുദ്ധവസ്തുവായിരുന്നു. 'പലമതസാരവുമേകം' എന്ന ഗുരുവചനം വേരുപിടിച്ചുതുടങ്ങിയിരുന്നില്ല. സാമൂഹികമായും വിദ്യാഭ്യാസപരമായും സാമ്പത്തികമായും പിന്നോക്കാവസ്ഥയിലായിരുന്നു ഭൂരിഭാഗം ജനങ്ങളും.

ആധുനിക സാങ്കേതികവിദ്യകളോ, പത്രമാസികകളോ ജനായത്താധികാരത്തിന്റെ സ്വതന്ത്ര ചിന്തകളോ കടന്നു ചെന്നിട്ടില്ലാത്ത, പരമ്പരാഗത കുലത്തൊഴിലുകളിൽ വ്യാപൃതരായി ജാത്യധികാര വ്യവസ്ഥയെ ചോദ്യം ചെയ്യാതെ ജീവിച്ചിരുന്ന ഗ്രാമീണാന്തരീക്ഷത്തിൽ ബ്രിട്ടീഷ് ഭരണം നൽകിയ ആധുനികാശയങ്ങളുടെ പുതിയകാറ്റ് വീശാൻ തുടങ്ങുന്നതേയുണ്ടായിരുന്നുള്ളൂ.

ചെറായിയിൽ ഈഴവരായിരുന്നു കൂടുതൽ. ക്രിസ്ത്യാനികളും മുസ്ലീങ്ങളുമുണ്ടായിരുന്നു. ഈഴവർ, തങ്ങളിലും താഴ്ന്നവരോട് അയിത്തമാചരിച്ചിരുന്നു. പുലയൻ, വേലൻ, കുറുപ്പൻ, കണക്കൻ എന്നിവരെ ഈഴവൻ താണവിഭാഗങ്ങളായി കരുതിയിരുന്നു. താണതെന്നു കരുതിയിരുന്ന ക്ഷുരകവൃത്തി, അലക്ക്, തെങ്ങുകയറ്റം, കൃഷിപ്പണി തുടങ്ങിയ തൊഴിലുകൾ ചെയ്ത് പതിത ജീവിതം നയിച്ചിരുന്ന ഇവർക്ക് സമത്വത്തെക്കുറിച്ചുള്ള പാഠങ്ങൾ തീർത്തും അജ്ഞാതമായിരുന്നു. ചൂഷണങ്ങൾക്കും

മർദ്ദനങ്ങൾക്കും വിധേയമായി, മനുഷ്യലോകത്തു നിന്ന് മാറ്റി നിർത്തപ്പെട്ട് അടിമകളായ പ്രജകൾ മാത്രമായി ദുരിതജീവിതം നയിച്ചിരുന്നവരുടെ തലമുറകൾ കേരളത്തിന്റെ സാമൂഹ്യചരിത്രത്തിൽ അടയാളങ്ങളൊന്നും അവശേഷിപ്പിക്കാതെ ജീവിച്ചുപോരുകയായിരുന്നു.

അയ്യപ്പന്റെ പിതാവ് കുമ്പളത്തുപറമ്പിൽ കൊച്ചാവു വൈദ്യൻ ഇത്തരം വർണവ്യവസ്ഥയ്ക്കതീതമായി ചിന്തിക്കുകയും ജീവിക്കുകയും ചെയ്തിരുന്ന വ്യക്തിയായിരുന്നു. മികച്ച വൈദ്യനായിരുന്ന അദ്ദേഹം എല്ലാ ജാതിവിഭാഗങ്ങളുടെയും കൂടെ ഇടപഴകുകയും ഒന്നിച്ച് ഭക്ഷണം കഴിക്കുകയും ചെയ്തു. അതിൽ അസ്വഭാവികമായി ഒന്നും കണ്ടില്ല, അദ്ദേഹം.

അച്യുതൻ, കണ്ണൻ, കൃഷ്ണൻ, ഇച്ചിരുണ്ണി, കാളു, കുഞ്ഞിക്കുട്ടി, ലക്ഷ്മി എന്നിവരായിരുന്നു അയ്യപ്പന്റെ സഹോദരങ്ങൾ. കൊച്ചാവു വൈദ്യരുടെ പുരോഗമന മനസ്സിനെ തിരിച്ചറിയാൻ ഭാര്യയായ ഉണ്ണൂലിക്ക് കഴിഞ്ഞിരുന്നു.

അയ്യപ്പന് രണ്ടുവയസ്സുള്ളപ്പോഴാണ് അച്ഛൻ മരിക്കുന്നത്. പിന്നീട് ജ്യേഷ്ഠൻ അച്യുതൻ വൈദ്യരായിരുന്നു പിതൃതുല്യനായ രക്ഷാകർത്താവ്. സമൂഹം ബഹുമാനിച്ചിരുന്ന പണ്ഡിതനും സാത്വികനുമായിരുന്നു അച്യുതൻ വൈദ്യർ. ചട്ടമ്പിസ്വാമി, നാരായണഗുരു, കുമാരനാശാൻ തുടങ്ങിയവർ അച്യുതൻ വൈദ്യരുമായി സമ്പർക്കം പുലർത്തുകയും വീട്ടിൽ അതിഥികളായെത്തുകയും ചെയ്തിരുന്നു. പിതാവിനെപ്പോലെ സമഭാവനയിലധിഷ്ഠിതമായ ഒരു ജീവിത വീക്ഷണം അച്യുതൻ വൈദ്യരും പിന്തുടർന്നിരുന്നു. ഈ അന്തരീക്ഷം അയ്യപ്പന്റെ ജീവിതദർശനം രൂപപ്പെടുത്തുന്നതിൽ പങ്കുവഹിച്ചിട്ടുണ്ടാവാം. ആധുനിക വിദ്യാഭ്യാസത്തെയും പുതിയ ചിന്തകളെയും സ്വാംശീകരിക്കാൻ തയ്യാറായ ഒരു കുടുംബപശ്ചാത്തലം അയ്യപ്പനെപ്പോലൊരു വ്യക്തിയുടെ കാഴ്ചപ്പാടുകളെ സ്വാധീനിച്ചിരിക്കാനിടയുണ്ട്.

ചെറായി ചുള്ളിപ്പറമ്പിൽ കണ്ണു ആശാന്റെ നിലത്തെഴുത്തുകളരിയിലാണ് അയ്യപ്പൻ തന്റെ പ്രാഥമിക വിദ്യാഭ്യാസം ആരംഭിക്കുന്നത്. പിന്നീട് ചെറിയ പാടത്ത് കൊച്ചുപിള്ള ആശാന്റെ കീഴിൽ അമരകോശവും ഔഷധവർഗവും പഠിച്ചു. അയ്യപ്പന്റെ ജ്യേഷ്ഠൻ അച്യുതൻ വൈദ്യർ ആരംഭിച്ച വിദ്യാലയത്തിൽ ഗോവിന്ദപ്പിള്ള എന്ന അധ്യാപകന്റെ കീഴിലായി പിന്നത്തെ പഠനം. ഈ വിദ്യാലയം അല്പായുസ്സായിരുന്നു. നെടിയായ അച്ചൻബാവയുടെ വിദ്യാലയത്തിൽ രാമൻപിള്ള എന്ന അധ്യാപകന്റെ കീഴിൽ പഠനം തുടർന്നു.

അയ്യപ്പനിലെ പ്രതിഭാശാലി അല്പസ്വല്പം വെളിപ്പെട്ടത് ഇക്കാലത്തായിരുന്നു. പ്രസംഗപരിശീലനം, സമസ്യാപൂരണം, കവിതാരചന

തുടങ്ങിയ ഉദ്ദേശ്യങ്ങളോടെ സഹപാഠികൾ ചേർന്നു രൂപീകരിച്ച 'വിദ്യാപോഷിണി' സഭയിൽ അയ്യപ്പനും അംഗമായിരുന്നു. ഇക്കാലത്ത് ചെറായി സന്ദർശിച്ച കുമാരനാശാൻ അയ്യപ്പന്റെ കവിതകൾ കാണാനിടവരുകയും പ്രതിഭയുടെ മിന്നലാട്ടങ്ങൾ അയ്യപ്പനിൽ ദർശിക്കുകയും ചെയ്തിരുന്നു.

പള്ളിപ്പുറത്ത് ആരംഭിച്ച ഇംഗ്ലീഷ് സ്കൂളിൽ അച്യുതൻ വൈദ്യർ മുൻകയ്യെടുത്താണ് അയ്യപ്പനെ ചേർത്തത്. അതിനുശേഷം പറവൂർ കണ്ണൻകുളങ്ങര ഹൈസ്കൂളിൽ ചേർന്നു പഠിച്ചു.

സ്വതവേ ശാന്തനും സ്വാത്വികനുമായിരുന്ന അയ്യപ്പനെ ഏകാധ്യാപക വിദ്യാലയങ്ങളും ഇംഗ്ലീഷ് പഠനവുമൊക്കെ ആധുനിക ലോകത്തിന്റെ ഉണർവ്വുകളിലേക്ക് പതിയെ നയിക്കുകയായിരുന്നു. സമൂഹത്തിലെ സവർണാവർണഭേദങ്ങളുടെ ജീർണിച്ച ആചാരക്രമങ്ങൾ അടുത്തുനിന്നു കാണുവാൻ ഇക്കാലത്ത് അദ്ദേഹത്തിന് അനേകം അവസരങ്ങൾ ലഭിച്ചു. അവർണരുടെ സഞ്ചാരസ്വാതന്ത്ര്യവും വസ്ത്രധാരണ സ്വാതന്ത്ര്യവും നിഷേധിക്കുന്ന സവർണരുടെ ധാർഷ്ട്യം അദ്ദേഹത്തിനു കാണാൻ കഴിഞ്ഞു.

ഏതാണ്ട് ഇതേ കാലത്തുതന്നെയാണ് തിരുവിതാംകൂറിൽ പുലയക്കുട്ടികൾക്ക് വിദ്യാലയ പ്രവേശനത്തിനായി അയ്യങ്കാളിയുടെ നേതൃത്വത്തിൽ സമരങ്ങൾ നടക്കുന്നത്. ഇതിനെത്തുടർന്ന് ദലിത വിഭാഗങ്ങൾക്ക് വിദ്യാലയ പ്രവേശനമനുവദിച്ചുകൊണ്ട് 1907 ലും 1910ലും സർക്കാർ പുറപ്പെടുവിച്ച ഉത്തരവുകൾ സവർണ പ്രമാണിമാരെ കുറച്ചൊന്നുമല്ല പ്രകോപിതരാക്കിയത്.

വിപ്ലവകാരിയെന്ന് വാഴ്ത്തപ്പെടുന്ന സ്വദേശാഭിമാനി രാമകൃഷ്ണപ്പിള്ള 1910 ലെ ഉത്തരവിനെ വിമർശിച്ചുകൊണ്ട് ഇങ്ങനെ എഴുതി: "ആചാരാദികാര്യങ്ങളിൽ സമത്വം അനുഭവപ്പെടണമെന്ന് വാദിക്കുന്നവർ ആ ഒരു സംഗതിയെ ആധാരമാക്കിക്കൊണ്ട് പാഠശാലകളിൽ കുട്ടികളെ അവരുടെ വർഗീയ യോഗ്യതകളെ വകതിരിക്കാതെ നിർഭേദം ഒരുമിച്ചിരുത്തി പഠിപ്പിക്കേണ്ടതാണെന്ന് ശഠിക്കുന്നതിനെ അനുകൂലിക്കുവാൻ ഞങ്ങൾ യുക്തി കാണുന്നില്ല. എത്രയോ കാലമായി ബുദ്ധിയെ കൃഷി ചെയ്തു വന്നിട്ടുള്ള ജാതിക്കാരേയും അതിനേക്കാൾ എത്രയോ തലമുറകളായി നിലം കൃഷിചെയ്തു വന്നിരിക്കുന്ന ജാതിക്കാരേയും തമ്മിൽ ഒന്നായി ചേർക്കുന്നത് കുതിരയേയും പോത്തിനേയും ഒരേ നുകത്തിൽ കെട്ടുകയാകുന്നു." (1910 മാർച്ച് 2)

ബുദ്ധികൃഷി ചെയ്യുന്നത് ഉദാത്തമായ പവിത്രകർമ്മമാവുകയും നിലം കൃഷിചെയ്യുന്നത് നികൃഷ്ടമായ പ്രവൃത്തിയാവുകയും ചെയ്യുന്ന സവർണ പൊതുബോധവും ചാതുർവർണ്യവ്യവസ്ഥയോടുള്ള ആരാധനയുമാണ്

സ്വദേശാഭിമാനിയുടെ വാദങ്ങളിൽ വെളിപ്പെടുന്നത്. ജ്ഞാനാധികാര വ്യവസ്ഥ എത്ര നികൃഷ്ടമായാണ് അധഃസ്ഥിതരോട് പെരുമാറിനിരു ന്നത് എന്ന് ഇതിൽ നിന്ന് വ്യക്തമാണ്.

അവർണ വിദ്യാർത്ഥികൾക്ക് വിദ്യാലയ പ്രവേശനം അനുവദി ക്കണം എന്ന് ആവശ്യപ്പെട്ടുകൊണ്ടാണ് കേരളത്തിൽ ആദ്യമായി അയ്യങ്കാളിയുടെ നേതൃത്വത്തിൽ കർഷകത്തൊഴിലാളികളുടെ പണിമു ടക്കസമരം നടക്കുന്നത്. 1913 ജൂൺ മുതൽ 1914 മെയ് മാസം വരെ ആ സമരം നീണ്ടുനിന്നു. ഇത് തിരുവിതാംകൂറിലായിരുന്നു നടന്നതെങ്കിൽ, കൊച്ചിയിലും സാഹചര്യങ്ങൾ ഏറെയൊന്നും വിഭിന്നമായിരുന്നില്ല. ഇത്തരം വിവേചനങ്ങളുടെ ഭൂമികയിൽ നിന്നാണ് ഈഴവനായ അയ്യ പ്പൻ തന്റെ സ്കൂൾ വിദ്യാഭ്യാസം പൂർത്തിയാക്കിയത്.

ഇതിനിടെ ജ്യേഷ്ഠൻ അച്യുതൻ വൈദ്യർ അസുഖബാധിതനായി മരിച്ചു.. അയ്യപ്പന് ഉപരിപഠനസാധ്യതകൾ വിദൂരസ്വപ്നം മാത്രമായി അവശേഷിച്ചു. എങ്കിലും കോളേജിൽ ചേർന്നു പഠിക്കണമെന്ന ആഗ്ര ഹം അയ്യപ്പനെ മഥിച്ചു കൊണ്ടിരുന്നു. മറ്റൊരു ജ്യേഷ്ഠനായ കണ്ണൻ വൈദ്യർ അയ്യപ്പന്റെ തുണയ്ക്കെത്തി. കോഴിക്കോട്ടെ ബാസൽ മിഷൻ കോളേജി (ഇന്നത്തെ മലബാർ ക്രിസ്ത്യൻ കോളേജ്)ലാണ് അയ്യപ്പൻ ഇന്റർ മീഡിയേറ്റിനു ചേർന്നത്. തർക്കശാസ്ത്രം, മലയാളം, സംസ്കൃതം എന്നിവയായിരുന്നു ഐച്ഛിക വിഷയങ്ങൾ.

കോളേജ് പഠനകാലം അയ്യപ്പനിൽ പലതരത്തിലുള്ള പരിവർ ത്തനങ്ങൾ സൃഷ്ടിച്ചു. വായനയുടെ ലോകത്തേക്കുള്ള പ്രവേശനം അദ്ദേഹത്തിന്റെ ജീവിത വീക്ഷണത്തെ മാറ്റിമറിക്കാൻ സഹായിച്ചു. നോവലുകളും തത്ത്വശാസ്ത്രവും യുക്തിവാദവും വിവേകാനന്ദ കൃതികളും അദ്ദേഹത്തിന്റെ വായനാലോകത്തെ സമ്പന്നമാക്കി.

ആത്മവിദ്യാസംഘം മലബാറിന്റെ സാമൂഹികാന്തരീക്ഷത്തെ പുതുക്കിപ്പണിതുകൊണ്ടിരുന്ന കാലംകൂടിയിയിരുന്നു അത്. അതിന്റെ സ്ഥാപകനായിരുന്ന വാഗ്ഭടാനന്ദനും അദ്ദേഹത്തിന്റെ ഗുരുവായിരു ന്ന ശിവയോഗിയും തങ്ങളുടെ വേദാന്തചിന്തകൾ നിറഞ്ഞ ആശയഗം ഭീരമായ പ്രഭാഷണങ്ങൾ കൊണ്ട് കോഴിക്കോട് നഗരത്തെ ഉദ്ബുദ്ധ മാക്കിയിരുന്നു. അയ്യപ്പൻ ഇവരുടെ പ്രസംഗങ്ങളിലും വ്യക്തിത്വത്തിലും ആകൃഷ്ടനായിരുന്നു. ദർശനപരമായ ആന്തരീക നവീകരണത്തിന്റെ ആദ്യപ്രചോദനങ്ങളായി ഈ കാലഘട്ടം അയ്യപ്പനിൽ സ്വാധീനം ചെ ലുത്തിയിട്ടുണ്ടാവാം. സസ്യാഹാരിയായിരുന്ന അയ്യപ്പൻ മത്സ്യാഹാരം ശീലമാക്കുന്നതും ഏറെക്കാലം അലങ്കാരമായി സൂക്ഷിച്ചിരുന്ന കുടുമ മുറിക്കുന്നതും ഈ കാലത്താണ് എന്നത് യാദൃച്ഛികമാകാനിടയില്ല.

സാമാന്യം നല്ല മാർക്കോടെ ഇന്റർമീഡിയേറ്റ് വിജയിച്ചെങ്കിലും ഉപരിപഠന സാധ്യത പ്രതിസന്ധിയിലായിരുന്നു. എങ്കിലും മദ്രാസ് ക്രിസ്ത്യൻ കോളേജിൽ തത്വശാസ്ത്രം മുഖ്യ വിഷയമായെടുത്ത് ബി.എ.യ്ക്ക് ചേർന്നു. എന്നാൽ അവിടെ ഒരാഴ്ചയിലധികം തുടരാൻ അദ്ദേഹത്തിനു കഴിഞ്ഞില്ല. മദ്രാസ് പ്രസിഡൻസി കോളേജിൽ സംസ്കൃതം ഓണേഴ്സിനു ചേർന്ന് പഠനം തുടർന്നു. ഈ അവസരത്തിലെല്ലാം സാമ്പത്തിക പ്രശ്നങ്ങൾ അദ്ദേഹത്തെ ഏറെ ഞെരുക്കിയിരുന്നു.

ആയിടെയാണ് അയ്യപ്പൻ താമസിക്കുന്ന ലോഡ്ജിൽ നാരായണ ഗുരു സന്ദർശനം നടത്തിയത്. അദ്ദേഹത്തിന്റെ സംഭാഷണം അയ്യപ്പനെ ആകർഷിക്കുകയുണ്ടായി. ശരീരശുചിത്വം, പരിസരശുചിത്വം, ജാതിസമ്പ്രദായം തുടങ്ങിയവയെപ്പറ്റി ഗുരുനടത്തിയ ഉദ്ബോധനങ്ങൾ അയ്യപ്പന്റെ ഹൃദയത്തിൽ ചലനങ്ങളുണ്ടാക്കി.

ഒരു വർഷത്തെ പഠനം കൊണ്ടുതന്നെ പ്രസിഡൻസി ജീവിതം അയ്യപ്പൻ അവസാനിപ്പിച്ചു. നാട്ടിലേക്കു മടങ്ങിയ അയ്യപ്പൻ അടിച്ചമർത്തപ്പെട്ട, നിരാശ്രയരായ ജനതയുടെ വേദനകളിലേക്കാണ് മിഴിതുറന്നത്. അപ്പോഴേക്കും നാരായണഗുരുവിന്റെ സന്ദേശങ്ങൾ സമൂഹത്തിൽ ചലനങ്ങൾ സൃഷ്ടിക്കാൻ തുടങ്ങിയിരുന്നു. എസ്.എൻ.ഡി.പി യോഗം സ്ഥാപിച്ചിട്ട് ഏഴുവർഷം കടന്നുപോയിരുന്നു. കേരളത്തിന്റെ പലഭാഗങ്ങളിലും നിന്ന് പ്രക്ഷോഭങ്ങളും ഉയർന്നു വരാൻ തുടങ്ങിയിരുന്നു. ഇരുപത്തി രണ്ടു വയസ്സുള്ള യുവാവായിരുന്നു അന്ന് അയ്യപ്പൻ. സാഹിത്യവും തത്ത്വചിന്തയും ചരിത്രവും പഠിച്ച, വായനാനുഭവങ്ങളും പ്രവാസാനുഭവങ്ങളും കൈമുതലായുള്ള അയ്യപ്പനെപ്പോലുള്ള ഒരു യുവാവിന് സമൂഹത്തിന്റെ അടിത്തട്ടിൽ നിന്ന് ഉയർന്നു വരുന്ന അതിജീവന ശ്രമങ്ങളെയും പ്രതിഷേധങ്ങളെയും അവഗണിക്കുവാൻ കഴിയുമായിരുന്നില്ല.

ഈ കാലത്തുതന്നെ ചെറായിയിൽ വെച്ചും ആലുവ അദ്വൈതാശ്രമത്തിൽ വെച്ചും ശ്രീനാരായണഗുരുവുമായി സമ്പർക്കം പുലർത്തുവാൻ അയ്യപ്പന് അവസരം ലഭിച്ചു. ജാതിസമ്പ്രദായത്തിന്റെ ഭീകരത അവരുടെ സംഭാഷണത്തിൽ മുഖ്യ വിഷയമായിരുന്നു.

നാരായണഗുരുവിന്റെ സഹായത്തോടെയാണ് അയ്യപ്പന്റെ വിദ്യാഭ്യാസജീവിതത്തിലെ അടുത്ത ഘട്ടം ആരംഭിക്കുന്നത്.

ഗുരുവിന്റെയും ആലുംമൂട്ടിൽ ഗോവിന്ദ ചാന്നാരുടെയും കത്തുകൾ പ്രകാരം കുമാരനാശാൻ നൽകിയ നൂറുരൂപയുമായി അയ്യപ്പൻ തിരുവനന്തപുരം മഹാരാജാസ് കോളേജിൽ ബി.എ.യ്ക്കു ചേർന്നു. സംസ്കൃതവും ഇന്ത്യാചരിത്രവുമായിരുന്നു മുഖ്യവിഷയങ്ങൾ. പേട്ടയിൽ പരമേശ്വരൻ മാനേജർ എന്നയാളുടെ വീട്ടിൽ താമസിച്ചു കൊണ്ടായിരുന്നു പഠനം.

പ്രതിമാസം ഏകദേശം ആറുരൂപമാത്രം ചെലവാക്കി അരിഷ്ടിച്ചു ജീവിച്ചുകൊണ്ടാണ് അദ്ദേഹം ബിരുദപഠനം തുടർന്നത്.

തിരുവനന്തപുരത്തെ ജീവിതവും അയ്യപ്പന്റെ അനുഭവലോകത്തെ വികസ്വരമാക്കാൻ സഹായിച്ചു. കുമാരനാശാനുമായുള്ള സൗഹൃദം കൂടുതൽ ദൃഢമാകുന്നത് ഈ അവസരത്തിലാണ്. കവിതയും തത്ത്വചിന്തയും രാഷ്ട്രീയവും അവരുടെ ചർച്ചകളിൽ ഇടം പിടിച്ചു. കവിതയെപ്പറ്റിയും രാഷ്ട്രീയത്തെപ്പറ്റിയുമുള്ള വിഭിന്ന വീക്ഷണങ്ങൾ നിലനിർത്തിക്കൊണ്ടു തന്നെ ക്രിയാത്മകമായ സംവാദങ്ങൾക്ക് അവർ തയ്യാറായി. രണ്ടു പേരുടെയും കാഴ്ചപ്പാടുകൾ നവീകരിക്കുന്നതിന് ഈ സംവാദങ്ങൾ ഇടയാക്കുകയും ചെയ്തു.

ഈ കാലത്താണ് അയ്യപ്പന്റെ അമ്മ മരിക്കുന്നത്. തിരുവനന്തപുരത്തുനിന്ന് വിവരമറിഞ്ഞ് വീട്ടിലെത്തുമ്പോഴേക്കും സംസ്കാരം കഴിഞ്ഞിരുന്നു. മരണാനന്തര ചടങ്ങുകളൊന്നും ഉണ്ടായിരുന്നില്ല.

തിരുവനന്തപുരത്തെ പഠനം കഴിഞ്ഞ് അയ്യപ്പൻ നാട്ടിൽ തിരിച്ചെത്തി. ബി.എ വിജയിച്ച അദ്ദേഹം മാസം നാല്പതുരൂപ ശമ്പളത്തിൽ നാട്ടിൽത്തന്നെ യൂണിയൻ ഹൈസ്കൂളിൽ അധ്യാപകനായി. മികച്ച അധ്യാപകനായിരുന്നു അദ്ദേഹം. സാമൂഹിക ജീവിതത്തിന്റെ വിവിധ മേഖലകളിൽ ഇടപെടാൻ ശ്രമിച്ചിരുന്ന അദ്ദേഹം മികച്ച പ്രാസംഗികനായും പേരെടുത്തു.

ജാതിഘടന സമൂഹത്തിലുണ്ടാക്കുന്ന അസമത്വങ്ങളെക്കുറിച്ചുള്ള ചിന്തയോടൊപ്പം ലോകത്തിന്റെ വിവിധ ഭാഗങ്ങളിൽ നടന്നുകൊണ്ടിരുന്ന വിമോചന പോരാട്ടങ്ങളും അയ്യപ്പന്റെ ചിന്താമണ്ഡലത്തിൽ നവീനാശയങ്ങളുടെ ഓളങ്ങൾ സൃഷ്ടിച്ചു. എസ്.എൻ.ഡി.പിയുമായുള്ള ബന്ധം, ശ്രീനാരായണഗുരു, കുമാരനാശാൻ തുടങ്ങിയവരുമായുള്ള സമ്പർക്കം എന്നിവ സാമൂഹികനീതിയെക്കുറിച്ചുള്ള ചില പുനരാലോചനകളിലേക്ക് അദ്ദേഹത്തെ നയിച്ചു.

ഈ അന്തരീക്ഷത്തിലാണ് കേരളത്തിന്റെ സാമൂഹിക ചരിത്രത്തിൽ വിച്ഛേദമുണ്ടാക്കിയ 'മിശ്രഭോജന'ത്തിന് അയ്യപ്പൻ നേതൃത്വം കൊടുക്കുന്നത്.

●

മാറ്റത്തിന്റെ കാറ്റുകൾ

ഇരുപതാംനൂറ്റാണ്ടിന്റെ ആദ്യദശകങ്ങൾ കേരളചരിത്രത്തെ തിരുത്തിയെഴുതിയ സംഭവങ്ങൾ കൊണ്ട് മുഖരിതമായിരുന്നു. ശ്രീനാരായണഗുരുവിന്റെയും അയ്യങ്കാളിയുടെയും മറ്റും സാമൂഹിക ഇട പെടലുകൾ അവർണരുടെ അവകാശ ബോധത്തിന് പുതിയ തെളിച്ചം നൽകിത്തുടങ്ങിയിരുന്നു.

തിരുവിതാംകൂറിൽ ഊരൂട്ടമ്പലം സർക്കാർ സ്കൂളിൽ അയ്യങ്കാളിയുടെ നേതൃത്വത്തിൽ പുലയക്കുട്ടികളെ പ്രവേശിപ്പിക്കാൻ ശ്രമിച്ചതിന്റെ ഫല മായി ഭീകരമായ പുലയ മർദ്ദനം നടന്നത് 1915 ലാണ്. പുലയവിഭാഗം ധീരമായ ചെറുത്തുനിൽപ്പും സംഘടിപ്പിച്ചിരുന്നു. പുലയർക്കുനേരെ സവർണർ നടത്തിയ ആക്രമണത്തിൽ ഈഴവരും സവർണരുടെ പക്ഷം ചേർന്ന് പങ്കെടുത്തതിൽ നാരായണഗുരു എതിർപ്പ് പ്രകടിപ്പി ച്ചിരുന്നു.

അയ്യങ്കാളിയുടെ ആഹ്വാനമനുസരിച്ച് പുലയസ്ത്രീകൾ കല്ലും മാലയും പൊട്ടിച്ചെറിഞ്ഞതിനെതിരെ സവർണർ സംഘടിതാക്രമണം നട ത്തിയതും 1915 ലാണ്. ഒരാഴ്ചക്കാലം ഇരുവിഭാഗങ്ങളും തമ്മിലുള്ള സംഘർഷം നിലനിന്നു. പെരിനാട് ലഹള എന്നറിയപ്പെടുന്ന ഈ ലഹളയുടെ അവസാനം ആയിരക്കണക്കിന് സ്ത്രീകൾ കല്ലും മാലയും പൊട്ടിച്ചെറിഞ്ഞു.

അവർണർക്ക് പ്രവേശനമില്ലാതിരുന്ന കോഴിക്കോട് തളി പരി സരത്തെ വഴിയിലൂടെ 'മിതവാദി' പത്രാധിപരായ സി. കൃഷ്ണൻ എന്ന ഈഴവൻ ബ്രാഹ്മണനായ മഞ്ചേരി രാമയ്യരോടൊപ്പം നടന്നുകൊണ്ട് സഞ്ചാര സ്വാതന്ത്ര്യസമരചരിത്രത്തിൽ പുതിയ അധ്യായം എഴുതിച്ചേർ ത്തത് 1917 മാർച്ച് ഒന്നാം തിയ്യതിയായിരുന്നു.

ലോകചരിത്രത്തെ കടപുഴക്കിയ സംഭവവും ഇതേ വർഷം തന്നെ യാണ് നടക്കുന്നത്. റഷ്യയിൽ വിപ്ലവത്തിലൂടെ കമ്യൂണിസ്റ്റ് സർക്കാർ അധികാരത്തിൽ വന്നു. 1917 ഡിസംബർ ലക്കത്തിൽ 'മിതവാദി'

പത്രത്തിന്റെ മുഖപ്രസംഗം റഷ്യൻ വിപ്ലവത്തെക്കുറിച്ചായിരുന്നു. "ജനങ്ങളാണ് യജമാനന്മാർ എന്നവർ പ്രഖ്യാപിച്ചു. ഇതൊക്കെ കാണുമ്പോൾ നമ്മുടെ നാട്ടിലെ സ്ഥിതിയെപ്പറ്റി ആരും ചിന്തിച്ചുപോകും. നമ്മുടെ നാടിന്റെ ഉടമകളായ ജനങ്ങളിൽ വലിയൊരു വിഭാഗത്തിന് വഴി നടക്കാൻ പാടില്ല. വിദ്യാഭ്യാസത്തിനു സ്വാതന്ത്ര്യമില്ല. മറ്റുള്ളവരെ തൊട്ടുകൂടാ തീണ്ടിക്കൂടാ, റഷ്യയിലെ സ്ഥിതിയും ഇവിടുത്തെ സ്ഥിതിയും എടുത്തുനോക്കുമ്പോൾ എന്തൊരന്തരം! ജനങ്ങളുടെ ശക്തിയെ ആരും അറിയുന്നില്ല.'' റഷ്യൻ വിപ്ലവവുമായി താരതമ്യം ചെയ്തുകൊണ്ട് നമ്മുടെ നാട്ടിലെ അവർണ ജനതയുടെ പാരതന്ത്ര്യത്തെ വിലയിരുത്തുക മാത്രമല്ല സി.കൃഷ്ണൻ ചെയ്യുന്നത്. കേരളത്തിലെ ജാതിഘടനയെ പുതിയൊരു കണ്ണിലൂടെ വീക്ഷിക്കാൻ തുടങ്ങുന്നതിന്റെ സൂചനകൂടി ഇതിൽ ഉൾച്ചേർന്നിട്ടുണ്ട്. നാടിന്റെ ഉടമകൾ, ജനശക്തി, സ്വാതന്ത്ര്യം തുടങ്ങിയ പദാവലികൾ ജനാധിപത്യബോധത്തിന്റെ പുതിയൊരു തുറസ്സ് കാണിച്ചുതരുന്നുണ്ട്.

കേരളീയ സാമൂഹിക ജീവിതത്തിന്റെ ഉള്ളടരുകളിൽ പുകഞ്ഞുകൊണ്ടിരിക്കുന്ന പ്രതിഷേധത്തെയും മാറ്റത്തിനു കൊതിക്കുന്ന കാലത്തിന്റെ സ്പന്ദനത്തെയും അയ്യപ്പനെപ്പോലെ വിദ്യാസമ്പന്നനും പുരോഗാമിയുമായ ഒരാൾക്ക് കാണാതിരിക്കാൻ കഴിയുമായിരുന്നില്ല.

ഈ സന്ദർഭത്തിലാണ് ആലുവ അദ്വൈതാശ്രമത്തിൽവെച്ച് ശ്രീനാരായണഗുരുവുമായി അയ്യപ്പൻ കൂടിക്കാഴ്ച നടത്തുന്നത്. ജാതി നശീകരണത്തിന് പ്രായോഗികമായി എന്താണ് ചെയ്യാൻ കഴിയുക എന്ന ചോദ്യമുയർത്തിയ ഗുരുവിനു മുമ്പിൽ അയ്യപ്പൻ ചിന്താകുലനായി. "ജാതി പോകണം, പോയേപറ്റൂ'' ഗുരു പറഞ്ഞു. വാക്കുകൾക്കും സിദ്ധാന്തങ്ങൾക്കുമപ്പുറത്ത് പ്രവൃത്തിയിലൂടെ ഏതുതരം സന്ദേശമാണ് നൽകേണ്ടത് എന്നതായിരുന്നു രണ്ടുപേരുടെയും ചിന്ത.

ഭക്ഷണം, വസ്ത്രം, സഞ്ചാരം, തൊഴിൽ, ആചാരങ്ങൾ തുടങ്ങി ഓരോ ഘടകവും ജീർണമായ ജാത്യാചാരങ്ങളാൽ നിർണയിക്കപ്പെട്ടിരുന്ന സങ്കീർണമായ സാഹചര്യത്തെ അഭിമുഖീകരിക്കുക എന്നത് ഏറെ പ്രത്യാഘാതങ്ങൾ ഉണ്ടാക്കുന്ന പ്രവൃത്തിയായിരുന്നു. ആറാട്ടുപുഴ വേലായുധപ്പണിക്കർ, വൈകുണ്ഠ സ്വാമികൾ, തൈക്കാട്ട് അയ്യാസ്വാമികൾ തുടങ്ങിയവർ പത്തൊമ്പതാം നൂറ്റാണ്ടിലും തുടർന്നും കാണിച്ച മാതൃകകൾ അയ്യപ്പന്റെ വിചാരങ്ങളെ സ്വാധീനിച്ചിരിക്കാം. വിവിധ ജാതിമതസ്ഥർ ഇടകലർന്നിരുന്ന് ഭക്ഷണം കഴിച്ചുകൊണ്ട് ആചാരങ്ങളുടെ കീഴ്വഴക്കങ്ങളെ ലംഘിക്കുക എന്ന തോന്നൽ അയ്യപ്പനിൽ അങ്കുരിച്ചത് അതുകൊണ്ടായിരിക്കാം.

അങ്ങനെയാണ് പൂർവ്വഗാമികൾ കാണിച്ച 'സഹപന്തിഭോജനം' എന്ന മാതൃക പുതിയ സാഹചര്യത്തിൽ പ്രയോഗിച്ചുകൊണ്ട് ജാതിഘടനയുടെ അധികാരവ്യവസ്ഥയെ അട്ടിമറിക്കാനുള്ള പദ്ധതി അയ്യപ്പൻ ആവിഷ്കരിച്ചത്. അതായിരുന്നു 'മിശ്രഭോജനം'.

കീഴ്ജാതിക്കാരുമൊത്ത് ഒരു പന്തിയിലിരുന്ന് ഭക്ഷണം കഴിച്ചുകൊണ്ട് ഒരു മാറ്റത്തിനു തിരികൊളുത്താൻ അയ്യപ്പൻ തീരുമാനിച്ചു. ഇക്കാര്യം ആലോചിക്കുവാൻ ഒരു യോഗം വിളിച്ചുകൂട്ടുകയാണ് അദ്ദേഹം ആദ്യം ചെയ്തത്. യോഗത്തിൽ പങ്കെടുത്ത സമാനമായ ചിന്താഗതിയുള്ള ചെറുപ്പക്കാർ അയ്യപ്പന്റെ തീരുമാനം അംഗീകരിച്ചു. ശ്രീനാരായണഗുരുവിന്റെ ഒരു സന്ദേശം അറിയിക്കുവാനെന്ന മട്ടിൽ ഒരു നോട്ടീസ് പ്രസിദ്ധീകരിക്കുവാനും യോഗത്തിൽ തിരുമാനമായി.

കെ.കെ. അച്യുതൻ, പി.എൻ. അച്യുതൻ, കെ.സി. കേശവൻ, കെ, കുമാരൻ, എ.സി കാർത്തികേയൻ, എ.ടി.എ ആണ്ടി, കെ.എ കൃഷ്ണൻ, എ. രാമൻപിള്ള, ടി.കെ. കിട്ടൻ, കുനിരാഘവൻ മാസ്റ്റർ, കൃഷ്ണസീരി വൈദ്യർ, കെ. അയ്യപ്പൻ എന്നീ പന്ത്രണ്ടു പേരായിരുന്നു ജാതി നശീകരണത്തിനായി ധൈര്യസമേതം മുന്നിട്ടിറങ്ങിയ വിപ്ലവകാരികൾ. പൊതുജനങ്ങൾക്കിടയിൽ വിതരണം ചെയ്ത നോട്ടീസിൽ ഈ പന്ത്രണ്ട്പേരും പേരെഴുതി ഒപ്പിട്ടിരുന്നു.

നരന് നരൻ അശുദ്ധവസ്തുവായിരുന്ന ആ കാലത്ത്, ഈഴവർ തങ്ങളിലും താഴ്ന്ന ജാതിക്കാരെ അയിത്തജാതിക്കാരായി കണ്ടിരുന്ന കാലത്ത് ഒരുമിച്ചുള്ള ഭക്ഷണം സ്വപ്നത്തിൽ പോലും കടന്നുവന്നിരുന്നില്ല. താഴ്ന്ന ജാതിക്കാർ തങ്ങളുടെ പാരതന്ത്ര്യം വിധികല്പിതമാണെന്നു സമാധാനിച്ച് ചോദ്യം ചെയ്യാതെ അനുസരിച്ചുപോന്നു. ഈഴവരുടെ കൂടെയിരുന്നുണ്ണാൻ കീഴ്ജാതിയിൽപ്പെട്ടവരെ ലഭിക്കാൻ അതിനാൽത്തന്നെ പ്രയാസമായിരുന്നു. ഏറെ അന്വേഷിച്ചശേഷമാണ് കെ.കെ. അച്യുതൻ മാസ്റ്ററുടെ സ്ഥലത്ത് താമസിച്ചിരുന്ന രണ്ടു പുലയ വിദ്യാർത്ഥികളെ മിശ്രഭോജനത്തിനായി ലഭിച്ചത്. വള്ളോൻ, ചാത്തൻ എന്നിവരായിരുന്നു അവർ. എന്നാൽ ചെറായി കോവിലകത്തും കടവിനു സമീപമുള്ള കോളനിയിൽ താമസിച്ചിരുന്ന കോരാശ്ശേരി അയ്യരുപുലയനും മകൻ കണ്ണനുമാണ് അതിൽ പങ്കെടുത്തത് എന്ന മറ്റൊരു അഭിപ്രായവുമുണ്ട്.

അയ്യപ്പന്റെ മൂത്ത സഹോദരിയുടെ തുണ്ടിടപ്പറമ്പ് എന്ന സ്ഥലത്തായിരുന്നു യോഗം ചേർന്നത്. രാവിലെതന്നെ നിരവധിപേർ യോഗസ്ഥലത്തേക്ക് എത്തിച്ചേർന്നു. ശ്രീനാരായണഗുരുവിന്റെ ജാതിനശീകരണസന്ദേശത്തിന്റെ പ്രധാന്യത്തെപ്പറ്റിയുള്ള അയ്യപ്പന്റെ പ്രസംഗം സദസ്യരെ പിടിച്ചുലച്ചു. പ്രസംഗത്തിനൊടുവിൽ അദ്ദേഹം ചൊല്ലിക്കൊടുത്ത പ്രതിജ്ഞ സദസ്യർ ഏറ്റുചൊല്ലി "ജാതി വ്യത്യാസം

ശാസ്ത്രവിരുദ്ധവും ദോഷകരവും അനാവശ്യവുമായതുകൊണ്ട് അതിനെ ഇല്ലാതാക്കാൻ നിയമവിരുദ്ധമല്ലാത്തവിധം കഴിയുന്നതൊക്കെ ചെയ്യാമെന്ന് ഞാൻ പൂർണമനസ്സാലെ സമ്മതിച്ച് സത്യം ചെയ്തുകൊള്ളുന്നു" അവിടെ കൂടിയിരുന്നവർ ഏക മനസ്സായി ആ ചരിത്ര ദൗത്യത്തിൽ പങ്കാളികളായി.

കേരളചരിത്രത്തിൽ ജാതിക്കെതിരെ നടന്ന സമരങ്ങളിൽ ഏറെ പ്രാധാന്യമുള്ള 'മിശ്രഭോജനം' 1917 മെയ് 29 നാണ് അരങ്ങേറിയത്. ചക്കക്കുരുവും കടലയും ചേർത്ത മെഴുക്കുപുരട്ടിയതും ചോറുമായിരുന്നു വിഭവങ്ങൾ. പുലയക്കുട്ടികൾ വിളമ്പിയ ഭക്ഷണം എല്ലാവരും ചേർന്നു കഴിച്ചു. പങ്കെടുത്തവരുടെ ബാഹുല്യം കാരണം പലർക്കും കുറച്ചേ കഴിക്കാനായുള്ളൂ.

സഹജീവിതത്തിന്റെയും സമത്വത്തിന്റെയും പുതിയൊരു ജനാധിപത്യബോധത്തിലേക്കുള്ള ചുവടുവെപ്പായിരുന്നു മിശ്രഭോജനം. മനുഷ്യൻ എന്ന നിലയിലുള്ള കീഴ്ജാതിക്കാരുടെ അസ്തിത്വത്തിനെ പൊതുസമൂഹത്തിനുമുന്നിൽ സ്ഥാപിച്ചതിന്റെ സുവർണരേഖ. അടിമ-ഉടമ ബന്ധത്തെയും കീഴാള-മേലാള ബോധത്തെയും ഇളക്കി പ്രതിഷ്ഠിച്ച ചരിത്ര നിമിഷം. ഒരു പന്തിയിൽ ഒരിലയിൽ ഭക്ഷണം പങ്കിട്ടതിനപ്പുറത്ത് മാനവികതയുടെയും ജാതിരഹിത ജനാധിപത്യ ബോധത്തിന്റെയും യുക്തിചിന്തയുടെയും പങ്കിടൽ കൂടി അവിടെ നടന്നു. വിഭജനങ്ങളല്ല സാഹോദര്യമാണ് പുതിയ ലോകത്തിൽ സ്വാതന്ത്ര്യ സങ്കല്പത്തിന് നിദാനം എന്ന പ്രഖ്യാപനം കൂടിയായിരുന്നു അത്. 'സഹോദര സംഘ'ത്തിന്റെ പിറവികൂടിയായിരുന്നു അന്ന് ചെറായിയുടെ മണ്ണിൽ നടന്നത്.

മിശ്രഭോജനം വലിയ കോളിളക്കമാണ് സമൂഹത്തിൽ ഉണ്ടാക്കിയത്. ഈഴവരുടെ അയിത്താചരണത്തിനും ജാതിപ്രാമാണ്യ ബോധത്തിനുമേറ്റ കനത്ത ആഘാതമായിരുന്നു ഈ സംഭവം. തങ്ങളിൽ താണവർ തങ്ങളോടൊപ്പമാണെന്ന സമത്വസന്ദേശം ഉൾക്കൊള്ളാൻ താഴ്ന്ന ജാതിയെന്ന മുദ്രകുത്തപ്പെട്ട ഈഴവ വിഭാഗത്തിനുപോലും സാധിച്ചില്ല. അയ്യപ്പന്റെ നേതൃത്വത്തിൽ നടന്ന ഈ സാഹസം യാഥാസ്ഥിതിക ഈഴവ വിഭാഗത്തിനു ദഹിച്ചില്ല. അവർ 'മിശ്രഭോജന'ത്തിനെതിരെ ശക്തമായി രംഗത്തുവന്നു.

ചെറായിയിലെ ഈഴവരുടെ സംഘടനയായിരുന്നു 'വിജ്ഞാന വർദ്ധിനി' സഭ. ഈ സഭയുടെ നേതൃത്വത്തിൽ ഒരു സംഘം മിശ്രഭോജനത്തിനെ എതിർത്തു. മിശ്രഭോജനത്തിൽ പങ്കെടുത്ത ഈഴവരായ ഇരുപത്തിനാലുപേരുടെ കുടുംബങ്ങളെ ഭ്രഷ്ട് കല്പിച്ച് പുറത്താക്കാൻ സഭ തീരുമാനിച്ചു. നാരായണഗുരു കൊളുത്തിക്കൊടുത്ത ദീപശിഖ സഭാംഗങ്ങൾ ഊതിക്കെടുത്തി എന്നു പറയാം.

ഭ്രഷ്ടരായവരുടെ വീടുമായി മറ്റുള്ളവർ യാതൊരു സമ്പർക്കവും പുലർത്താൻ പാടില്ലെന്ന കല്പനവന്നു. വേലത്തികൾ അത്തരക്കാരുടെ വസ്ത്രം അലക്കിക്കൊടുക്കരുത്, ക്ഷുരകന്മാർ ക്ഷൗരം ചെയ്തു കൊടുക്കരുത് എന്നിങ്ങനെയായിരുന്നു സാമൂഹിക ബഹിഷ്കരണത്തിന്റെ തീർപ്പുകൾ. മിശ്രഭോജനത്തിൽ പങ്കെടുത്ത പല യുവാക്കളും വീടുകളിൽ നിന്ന് ബഹിഷ്കൃതരായി. അവരുടെ വീടുകൾ കെട്ടിമേയാനോ, വേലികെട്ടാനോ, തെങ്ങുകയറാനോ ആളുകൾ വരാതായി. കല്യാണത്തിനും മരണത്തിനും ഭ്രഷ്ടുകല്പിക്കപ്പെട്ടവർക്ക് പങ്കെടുക്കാൻ കഴിയാതായി. ഇത്തരം സാമൂഹികമായ ഒറ്റപ്പെടുത്തൽ കാരണം വിവരണാതീതമായ പ്രയാസങ്ങളാണ് പലർക്കും അനുഭവിക്കേണ്ടിവന്നത്.

പുലയനെ സ്പർശിച്ച് ഭക്ഷണം കഴിച്ചവരെ 'പുലച്ചോവന്മാർ' എന്നു വിളിച്ചാണ് പരിഹസിച്ചത്. അയ്യപ്പൻ അവർക്ക് 'പുലയനയ്യപ്പ'നായി തനിക്കു ലഭിച്ച വിശേഷണത്തെ അഭിമാനകരമായ ഒരു പദവിയായി അയ്യപ്പൻ സ്വീകരിച്ചു! ഭ്രഷ്ടിന്റെ സാമൂഹിക ബഹിഷ്കരണത്തിനിടയിലും അയ്യപ്പനും സംഘവും ശിരസ്സുയർത്തിത്തന്നെ നടന്നു.

എന്നാൽ കുമാരനാശനടക്കമുള്ള പലരും 'മിശ്രഭോജന'ത്തിൽ സംശയാലുക്കളായിരുന്നു. 'വിവേകോദയ' ത്തിൽ ആശാൻ എഴുതിയത് ഇങ്ങനെയാണ്: "ആദർശക്കൊടുമുടിയിൽ കയറിനിന്ന് പ്രവൃത്തി ലോകത്തിലേക്ക് കീഴ്ക്കാം തൂക്കായി ചാടി ആത്മഹത്യ ചെയ്യരുതെന്ന് ചെറുപ്പക്കാരോട് ഞാൻ ഉപദേശിച്ചുകൊള്ളുന്നു. വിദ്യാഭ്യാസം ചെയ്ത ചെറുപ്പക്കാരെ പുറത്താക്കിയിട്ട് എന്താണ് സാധിക്കാൻ പോകുന്നതെന്ന് വിജ്ഞാന വർദ്ധിനി സഭക്കാരോടും ചോദിക്കുന്നു"

തന്ത്രപരമായ ഒരു സന്തുലിത നിലപാടാണ് ആശാനിവിടെ സ്വീകരിച്ചതെന്ന് കാണാം. ഇത്തരം പ്രവൃത്തികൾ ആദർശാത്മകം മാത്രമാണെന്ന ധ്വനിയും അദ്ദേഹത്തിന്റെ വാക്കുകളിൽ കാണാം. എന്നാൽ ശ്രീനാരായണഗുരു വ്യത്യസ്ത നിലപാടാണ് സ്വീകരിച്ചത്. "സംഘം വളരും. ക്രിസ്തുവിനെപ്പോലെ ക്ഷമിക്കണം" എന്ന ഉപദേശമാണ് തന്നെ അദ്വൈതാശ്രമത്തിൽ സന്ദർശിച്ച അയ്യപ്പന് ഗുരു നൽകിയത്. ഗുരുവിനെ സംബന്ധിച്ചിടത്തോളം ജാതി എന്നത് മനുഷ്യത്വമായിരുന്നല്ലോ. ഗുരുവിന്റെ ആശ്രമത്തിൽ ഒരിക്കലും ജാതിവ്യത്യാസം പുലർത്തിയിരുന്നില്ല. അവിടെ നാനാജാതിമതസ്ഥർ ഒന്നിച്ചു ഭക്ഷണമുണ്ടാക്കുകയും കഴിക്കുകയും ചെയ്തിരുന്നു. ഒരിക്കൽ ആശ്രമത്തിൽ വെച്ച് ഊണ് കഴിച്ചതിനെപ്പറ്റി കുറ്റിപ്പുഴ കൃഷ്ണപ്പിള്ള എഴുതിയത്, "എന്റെ ആദ്യത്തെ മിശ്രഭോജനമായിരുന്നു അത്. ശ്രീനാരായണഗുരുവിന്റെ മഹനീയ സാന്നിധ്യത്തിൽ അന്നുമുതൽ ഞാൻ ആദ്യമായി മനുഷ്യജാതിയെ കണ്ടെത്തി" എന്നാണ്.

ഡോ.പൽപ്പു വ്യത്യസ്തമായ രീതിയിലാണ് മിശ്രഭോജനത്തെ കണ്ട ത്. അദ്ദേഹം പറഞ്ഞത്, "മിശ്രഭോജനം തീർച്ചയായും നല്ലതുതന്നെ; എന്നാൽ അതിനേക്കാൾ പ്രധാനപ്പെട്ട മറ്റൊരു കാര്യമുള്ളത് മറക്ക രുത്. ആദ്യമായി എല്ലാവർക്കും ഭോജനം കിട്ടാറാവുക എന്നതാണ് പ്രധാനകാര്യം' എന്നാണ്. ജാതിഘടനയ്ക്കപ്പുറത്തെ സാമ്പത്തികാധി കാരത്തെയും അതുണ്ടാക്കുന്ന അസമത്വത്തെയുമാണ് പൽപ്പു ചൂണ്ടി ക്കാണിച്ചത്. ഇത് വളരെ പ്രസക്തമായ ഒരു നിരീക്ഷണമാണ്.

മിശ്രഭോജനത്തെ എതിർത്ത 'വിജ്ഞാന വർദ്ധിനി സഭ' ജനങ്ങൾ ക്കിടയിൽ തെറ്റിദ്ധാരണ പരത്താനാണ് ശ്രമിച്ചത്. നാരായണഗുരു മിശ്രഭോജനത്തിന് എതിരാണെന്ന മട്ടിൽ അവർ നോട്ടീസ് അച്ചടിച്ച് പ്രചരിപ്പിച്ചു. ഈ സംഭവം വലിയ വിവാദങ്ങൾക്ക് ഇടയാക്കി. അവ സാനം ഗുരുവിന്റെ കൈപ്പടയിൽ ഒരു സന്ദേശം എഴുതി വാങ്ങി അതി ന്റെ ആയിരക്കണക്കിന് കോപ്പികൾ അച്ചടിച്ച് വിതരണം ചെയ്താണ് അയ്യപ്പനും സംഘവും ആ പുകമറനീക്കിയത്. പിന്നീട് മഹാസന്ദേശം എന്നറിയപ്പെട്ട ആ സന്ദേശത്തിൽ ഗുരു ഇങ്ങനെ പറയുന്നു: 'മനുഷ്യ രുടെ മതം, വേഷം, ഭാഷ മുതലായവ എങ്ങനെയിരുന്നാലും അവരുടെ ജാതി ഒന്നായതുകൊണ്ട് അന്യോന്യം വിവാഹവും പന്തിഭോജനവും ചെയ്യുന്നതിന് യാതൊരു ദോഷവുമില്ല.' 'പലമതസാരവുമേകം' എന്നു വിശ്വസിച്ചിരുന്ന ആ തത്ത്വജ്ഞാനിയുടെ അദ്വൈതവേദാന്തത്തിലധി ഷ്ഠിതമായ ദർശനമാണ് ഈ സന്ദേശത്തിന്റെയും കാതൽ.

ശക്തമായ പ്രചരണങ്ങളിലൂടെയും ബോധപൂർവ്വമായ ഇടപെടലു കളിലൂടെയും അയ്യപ്പനും സംഘവും തങ്ങൾ കൊളുത്തിയ ജ്വാല അണ യാതെ സൂക്ഷിച്ചു. രണ്ടുതരത്തിലുള്ള പ്രവർത്തനങ്ങൾക്കായിരുന്നു ഈ ഘട്ടത്തിൽ അയ്യപ്പൻ ഊന്നൽ നൽകിയത്. ഈഴവരുടെ ജാതിബോധ ത്തെ തകർത്ത് അവരെ മനുഷ്യത്വത്തിന്റെ വിശാലതയിലേക്ക് ഉണർ ത്തുക എന്നതായിരുന്നു ഒന്നാമത്തെ കാര്യം. അതിലും താഴെയുള്ള കീ ഴാളജനതയ്ക്ക് ആത്മബോധം പകർന്നു നൽകി സമത്വത്തെക്കുറിച്ചുള്ള പുതിയ അവബോധത്തിലേക്ക് ഉയർത്തുക എന്നതായിരുന്നു രണ്ടാമത് ചെയ്ത കാര്യം.

പിൽക്കാലത്ത് 'സഹോദരൻ' പത്രത്തിൽ അയ്യപ്പൻ ഇങ്ങനെ എഴുതി:

'മിശ്രഭോജനം ചെയ്യുന്നത് ഏതെങ്കിലും വർഗ്ഗക്കാർക്ക് വിദ്യാ ഭ്യാസവും ധനവും വർദ്ധിപ്പിച്ചു കളയാമെന്നുവെച്ചിട്ടല്ല. ഉയർന്നവരെ താഴ്ത്തി താണവരുടെ സ്ഥിതിയിൽ കൊണ്ടുവരുവാനും മിശ്രഭോജന ക്കാർക്ക് ഉദ്ദേശ്യമില്ല. പൊതുവിൽ രാജ്യത്തിന്റെ ക്ഷേമത്തിനുവേ ണ്ടി ആർക്കും ഉപദ്രവം ഉണ്ടാവാത്ത വിധത്തിൽ ജാതിവ്യത്യാസം

ഇല്ലാതാക്കണമെന്നു മാത്രമേ അവർക്ക് ആഗ്രഹമുള്ളൂ. മിശ്രഭോജനം ഈ സാമാന്യത്തിന്റെ കില്ലിച്ചുപോയ മനോഗതിയെ എളുപ്പത്തിൽ ഉരുക്കുവാനുള്ള ദ്രാവകമാണ്.'

കുമാരനാശാന്റെ മിശ്രഭോജന വിമർശനത്തെ അയ്യപ്പൻ ഈ കുറിപ്പിൽ നിശിതമായി വിമർശിക്കുന്നുണ്ട് 'സമുദായ' ത്തിനപ്പുറത്ത്, ഒരു ക്ഷേമരാഷ്ട്ര സങ്കല്പത്തിലേക്കുള്ള പരിവർത്തനത്തിന്റെ നാന്ദി യായാണ് അയ്യപ്പൻ അയിത്തോച്ചാടന പ്രവർത്തനങ്ങളെ കണ്ടത്. മിശ്രഭോജനത്തിനായി രൂപപ്പെട്ട പുരോഗമനവാദികളുടെ കൂട്ടായ്മ 'സഹോദരസംഘ' മായി മാറി. സഹോദര സംഘത്തിന്റെ നേതൃത്വ ത്തിൽ പലയിടങ്ങളിലും ഇത്തരം പരിപാടികൾ സംഘടിപ്പിക്കപ്പെട്ടു. ശക്തമായ ജാതിക്കോയ്മയെ എതിരിട്ടുകൊണ്ട്, കഠിനമായ എതിർപ്പുക ളും ആക്രമണങ്ങളും നേരിട്ടുകൊണ്ട് അയ്യപ്പൻ തന്റെ പ്രവർത്തനങ്ങൾ തുടർന്നുകൊണ്ടിരുന്നു.

വധശ്രമമടക്കമുള്ള നിരവധി കയ്യേറ്റങ്ങൾക്ക് അയ്യപ്പൻ ഇരയായി. തലയിൽ ഉറുമ്പിൻകൂട് ചൊരിയൽ, അണ്ടിനെയ്യ് ഒഴിക്കൽ, ചാണ കമേറ്, അസഭ്യവർഷം, തടഞ്ഞുവെയ്ക്കൽ, ബഹിഷ്കരണം തുടങ്ങിയ പ്രതിഷേധരൂപങ്ങൾ എതിരാളികൾ അയ്യപ്പനെതിരെ പ്രയോഗിച്ചു. പക്ഷേ, അദ്ദേഹം പിന്മാറിയില്ല. മനുഷ്യരുടെ ഭൗതികമായ പുരോഗതി യും സമത്വബോധത്താൽ പ്രേരിതമായ സാഹോദര്യവും ഉയർന്ന ജനാ ധിപത്യബോധവും തന്റെ ലക്ഷ്യവും ആദർശവുമായി ഉയർത്തിപ്പിടിച്ച് തികഞ്ഞ പ്രതിപക്ഷബഹുമാനത്തോടെ സഹിഷ്ണുതയോടെ അയ്യപ്പൻ എതിർപ്പുകളെ നേരിട്ടു. പലപ്പോഴും അവഗണിച്ചു.

മിശ്രഭോജനത്തിൽ മാത്രം ഒതുങ്ങുന്നതായിരുന്നില്ല അദ്ദേഹത്തിന്റെ പരിഷ്കരണ ശ്രമങ്ങൾ. ഇന്ത്യയുടെ ആത്മീയധാരയെ നിരന്തരം വിമർ ശനവിധേയമാക്കിക്കൊണ്ട് മനുഷ്യരുടെ ഭൗതികമായ ഉന്നമനത്തിനു വേണ്ടി അദ്ദേഹം പരിശ്രമിച്ചു കൊണ്ടേയിരുന്നു. യുക്തിചിന്തയും ശാസ്ത്ര ബോധവും സമൂഹപുരോഗതിയുടെ അടിപ്പടവുകളാണെന്ന് അദ്ദേഹം പഠിപ്പിച്ചു. നിരന്തരമായ പ്രസംഗങ്ങളും ജാതിനശീകരണപ്രവർത്തന ങ്ങളുമായി അദ്ദേഹം ഗ്രാമങ്ങൾ താണ്ടിക്കൊണ്ടിരുന്നു.

ലഘുലേഖകളിലൂടെ സഹോദര സംഘത്തിന്റെ ആശയങ്ങൾ നാ ടൊട്ടുക്ക് പ്രചരിപ്പിച്ചു. സഞ്ചാരസ്വാതന്ത്ര്യത്തിനു വേണ്ടി രംഗത്തിറങ്ങുക യും 'ജാതിരാക്ഷസദഹനം' പോലെ പ്രതീകാത്മക പരിപാടികളിലൂടെ ജാതീയതയ്ക്കെതിരെ പടനയിക്കുകയും ചെയ്തു. (ഇന്നത്തെ 'കോലംക ത്തിക്ക'ലിന്റെ പൂർവ്വരൂപമായി 'ജാതിരാക്ഷസദഹന'ത്തെ കാണാം)

കൊടുങ്ങല്ലൂരിലെ ശൃംഗപുരം റോഡിൽക്കൂടി അവർണർക്കു സഞ്ചരിക്കാൻ പാടില്ലായിരുന്നു. ജാതിരാക്ഷസന്റെ കോലവുമേന്തി ആ പാതയിൽക്കൂടി നടന്നു കൊണ്ട് സവർണപ്രമാണിമാരുടെ അലിഖിത നിയമത്തെ അയ്യപ്പനും സഹോദരസംഘവും ലംഘിച്ചു. അവർണർക്കു പ്രവേശനമില്ലാതിരുന്ന വൈക്കം ക്ഷേത്രത്തിലേക്കുള്ള പാതയിലും അയ്യപ്പന്റെ നേതൃത്വത്തിൽ ടി.കെ. മാധവൻ, സ്വാമി സത്യവ്രതൻ തുടങ്ങിയവർ പ്രവേശിച്ച് സഞ്ചാരസ്വാതന്ത്ര്യത്തിന്റെ പുതിയ വീഥികൾ വെട്ടിത്തെളിച്ചു.

ഹിന്ദുത്വസംസ്കാരത്തിന്റെ അടിപ്പടവുകൾ കെട്ടിയുറപ്പിച്ചിരിക്കുന്നത് ജാതിവ്യത്യാസത്തിന്റെ ഇഷ്ടികയ്ക്കു മുകളിലാണെന്ന് അയ്യപ്പൻ തിരിച്ചറിഞ്ഞു. ജാതിശ്രേണിയെ ഉറപ്പിച്ചുനിർത്തുന്ന സ്മൃതികളുടെ കീഴാള വിരുദ്ധത അദ്ദേഹം എടുത്തുകാട്ടി. വിവേകാനന്ദസ്വാമികൾ അമേരിക്കയിൽ വെച്ച് ഹിന്ദുമതത്തിന് വാർണീഷിട്ടു കാണിച്ചപ്പോൾ ആ വാർണീഷിനകത്തുള്ള ജാതിവ്യത്യാസക്കറ കണ്ടിരുന്നെങ്കിൽ അന്ന് ആരെങ്കിലും ഹിന്ദുമതത്തെ സ്തുതിക്കുമായിരുന്നോ എന്ന് ആലോചിക്കുക. “അയ്യപ്പന്റെ ഈ വാക്കുകളിൽ ജ്വലിച്ചുനിൽക്കുന്ന ഹിന്ദുമത വിമർശനം ശ്രേണീകൃത ജാതിസംഘടനയെ സംരക്ഷിച്ചു നിർത്തുന്ന ഹൈന്ദവ സംസ്കാരത്തിന്റെ കേന്ദ്രത്തിൽ ചെന്നു തറയ്ക്കുന്നുണ്ട്.

അരുവിപ്പുറം പ്രതിഷ്ഠയ്ക്കുശേഷം കേരളചരിത്രത്തിന്റെ ഗതിമാറ്റിയ വിപ്ലവമായിരുന്നു മിശ്രഭോജനം. അതിന്റെ വിധ്വംസകശേഷി കേരളത്തിലെ ജാതിവ്യവസ്ഥയുടെ യാഥാസ്ഥിതികധാരയെ പ്രകമ്പനം കൊള്ളിച്ചു.

കെ. അയ്യപ്പൻ ബി.എ എന്ന അധ്യാപകൻ പുലയനയ്യപ്പനായും പിന്നീട് സഹോദരൻ അയ്യപ്പനായും പരിണമിച്ചത് കേരള ചരിത്രത്തിലെ തിളങ്ങുന്ന ഏടുകളായി മാറി.

●

പടവാളും ഗുളികയും

പൊതുമണ്ഡലത്തിന്റെ അഭിപ്രായ രൂപീകരണശേഷിയെ ഏറ്റവും കൂടുതൽ സ്വാധീനിക്കാൻ കഴിവുള്ളവയാണ് അച്ചടി-ദൃശ്യ മാധ്യമങ്ങൾ. ജീവിതത്തിന്റെ സമസ്തമേഖലകളിലും മാധ്യമങ്ങളുടെ സ്വാധീനം പ്രകടമാണ്. വരേണ്യാഭിരുചിയുടെ സംരക്ഷകരായും അധികാരിവർഗത്തിന്റെ ആശയവാഹകരായും അധഃസ്ഥിതരുടെ ജിഹ്വയായുമൊക്കെ മാധ്യമങ്ങൾ പ്രത്യക്ഷപ്പെട്ടിട്ടുണ്ട്. മതപ്രചരണവും സമുദായ സംരക്ഷണവും ദേശീയബോധ നിർമ്മിതിയും ജനാഭിപ്രായ പ്രതിഫലനവുമെല്ലാം കാലാകാലങ്ങളിൽ അവ നിർവ്വഹിച്ചിട്ടുണ്ട്.

1799-ൽ മാധ്യമ സ്വാതന്ത്ര്യത്തെ നിയന്ത്രിക്കുന്നതിനായി ഗവർണർജനറൽ വെല്ലസ്ലി പ്രഭു ഒരു നിയമം കൊണ്ടുവന്നിരുന്നു എന്നറിയുമ്പോഴാണ് പത്രപ്രവർത്തനത്തിന്റെ ശക്തി ഭരണകൂടം അന്നേ തിരിച്ചറിഞ്ഞിരുന്നു എന്നകാര്യം മനസ്സിലാവുക.

ഇന്ത്യയുടെ നവോത്ഥന പ്രക്രിയയെ ത്വരതപ്പെടുത്തുന്നതിൽ പത്രങ്ങൾ വഹിച്ച പങ്ക് സുപ്രധാനമായിരുന്നു. സാമൂഹിക പരിഷ്കരണ പ്രസ്ഥാനങ്ങളുടെ സന്ദേശങ്ങൾ ജനങ്ങളിലേക്കെത്തിക്കാൻ പത്രങ്ങൾ സഹായിച്ചു. കേരളത്തിലെ സ്ഥിതിയും വ്യത്യസ്തമായിരുന്നില്ല. കേരള നവോത്ഥാനത്തിന്റെ രാസത്വരകമായി പ്രവർത്തിക്കാൻ പത്രങ്ങൾക്ക് കഴിഞ്ഞിട്ടുണ്ട്.

1847 -ൽ തലശ്ശേരിയിൽ നിന്നും തുടങ്ങിയ 'രാജ്യസമാചാര'വും 'ജ്ഞാനനിക്ഷേപ'വും സാമൂഹികാന്തരീക്ഷത്തിൽ ചലനമൊന്നും ഉണ്ടാക്കിയിരുന്നില്ല. ആദ്യകാല പത്രങ്ങളിൽ മിക്കതും മിഷനറി പ്രവർത്തനങ്ങളുടെ ഭാഗമായി ക്രിസ്തുമതപ്രചരണം ലക്ഷ്യം വെച്ചുള്ളവയുമായിരുന്നു.

'വെസ്റ്റേൺസ്റ്റാർ', 'പശ്ചിമ താരക' എന്നീ പ്രസിദ്ധീകരണങ്ങൾ ആരംഭിച്ച ഗുജറാത്തിയായ ദേവ്ജി ഭീംജി 1881 ൽ തുടങ്ങിയ 'കേരളമിത്ര' മാണ് മലയാളത്തിലെ ആദ്യത്തെ യഥാർത്ഥ വർത്തമാന

പത്രം. കേരള പത്രിക (1884), മലയാളി (1886), സസ്രാണി ദീപിക (1887), വിദ്യാവിനോദിനി മാസിക(1889), മലയാളമനോരമ (1890) തുടങ്ങിയവയൊക്കെ കേരളീയരുടെ പൊതുബോധത്തെ സ്വാധീനിച്ച പ്രസിദ്ധീകരണങ്ങളായിരുന്നു. സ്വദേശാഭിമാനി, മിതവാദി, കേസരി തുടങ്ങിയവയും സാമൂഹ്യജീവിതത്തിന്റെ വിവിധ മണ്ഡലങ്ങളിൽ വിമർശനാത്മകമായി ഇടപെട്ട പത്രങ്ങളായിരുന്നു.

കെ.അയ്യപ്പൻ ബി.എ എന്ന സാമൂഹ്യ പ്രവർത്തകനെ സഹോദരൻ അയ്യപ്പൻ എന്ന പേരിലേക്ക് വളർത്തിയതിൽ സഹോദര പ്രസ്ഥാനത്തിനും 'സഹോദരൻ' പത്രത്തിനുമാണ് പങ്കുള്ളത്. പൗരജീവിതത്തെ ഗുണാത്മകമായി പരിവർത്തിപ്പിക്കാനും മതനിരപേക്ഷ ജനാധിപത്യ ധാരയെ ശക്തിപ്പെടുത്താനും പത്രപ്രവർത്തനത്തിനു സാധിക്കുമെന്ന് സഹോദരൻ തെളിയിച്ചു.

മലയാളിയുടെ ജാതിബോധം, മതവിശ്വാസം, ജനാധിപത്യബോധം, രാഷ്ട്രീയ ചിന്ത, സാഹിത്യാഭിരുചി, യുക്തിചിന്ത, ശാസ്ത്രബോധം തുടങ്ങിയവയെപ്പറ്റിയുള്ള പരമ്പരാഗത ധാരണകളെ പൊളിച്ചെഴുതാൻ സഹോദരൻ പത്രം ബോധപൂർവ്വം ശ്രമിക്കുകയും അതിൽ വിജയിക്കുകയും ചെയ്തു.

സഹോദരസംഘത്തിന്റെ ആശയപ്രചരണലക്ഷ്യവുമായാണ് 'സഹോദരൻ' പത്രം ആരംഭിക്കുന്നത്. 1917 ഒക്ടോബറിൽ പറവൂർ പള്ളിപ്പോർട്ടുനിന്ന് മാസികയായിട്ടാണ് പത്രം ആരംഭിച്ചത്. വലിയ മൂലധനശക്തികളുടെ പിൻബലമൊന്നും പത്രത്തിനുണ്ടായിരുന്നില്ല. ജാതിനശീകരണത്തിലൂടെയുള്ള സാമൂഹ്യമാറ്റമായിരുന്നു സഹോദരൻ പത്രത്തിന്റെ ലക്ഷ്യം. അതിനായി കേരളീയ പൊതുമണ്ഡലത്തെ വിപ്ലവകരമായി നവീകരിക്കാൻ അയ്യപ്പൻ ബോധപൂർവ്വം ശ്രമിച്ചു.

'സഹോദരൻ' പത്രത്തിന്റെ ആദ്യലക്കത്തിൽ പത്രത്തിന്റെ ഉദ്ദേശ്യലക്ഷ്യങ്ങളെക്കുറിച്ച് അയ്യപ്പൻ എഴുതി: "മനുഷ്യരെല്ലാം സഹോദരന്മാരാകുന്നു. ഇതാണ് എല്ലാ മതങ്ങളും ഘോഷിക്കുന്ന ധർമ്മതത്ത്വം. ആസ്തികന്മാരുടെ പരമമായ ആദർശം ഇതുതന്നെയാണ്. നാസ്തികന്മാരും ഇതിനെ വിസംവദിക്കുന്നില്ല. കൃഷ്ണനും ബുദ്ധനും ക്രിസ്തുവും മുഹമ്മദും ലോകഗതിയെ ഈ ഉൽകൃഷ്ടാദർശത്തിലേക്കുതിരിക്കുന്നു. എല്ലാ മനുഷ്യരും സഹോദരഭാവത്തിൽ കഴിഞ്ഞുകൊള്ളണമെന്നുള്ള ധർമ്മരഹസ്യത്തെ ഈ അതിമാനുഷന്മാർ ഉപദേശിക്കയും സ്വജീവിതം കൊണ്ട് ഉദാഹരിക്കയും ചെയ്യുന്നു. ഈ ഉപദേശത്തെ അനുഷ്ഠിക്കുന്നതിന് ഉത്കൃഷ്ടമായ ആധ്യാത്മികബുദ്ധി ജനങ്ങളെ പ്രേരിപ്പിക്കുന്നുണ്ടെങ്കിലും ഭൗതികമായ ഭോഗപരത അവരെ അതിന് അശക്തരാക്കുന്നു. കൂടാതെ അജ്ഞാനവും അന്ധവിശ്വാസവും യഥാർത്ഥ ധർമ്മത്തെ

പലപ്രകാരത്തിൽ മറയ്ക്കുകയും വിരൂപപ്പെടുത്തുകയും ചെയ്യുന്നുണ്ട്. ഇതുകൊണ്ടുതന്നെയാണ് മതം, ജാതി, രാജ്യം, ഭാഷ, നിറം എന്നിവയെ അടിസ്ഥാനമാക്കി ആ ഏകചൈതന്യത്തിന്റെ അംശങ്ങളായ മനുഷ്യർ അനേകം അർത്ഥമില്ലാത്ത വിഭാഗങ്ങളായി പിരിഞ്ഞ് പരസ്പരം വെറുക്കുകയും ഉപദ്രവിക്കുകയും ചെയ്യുന്നത്. 'ഞാൻ', 'ഞങ്ങൾ' എന്നീ നീചമായ സ്വാർത്ഥക്കുഴികളിൽ നിന്ന് ലോകരെ പിടിച്ചുവലിച്ച് 'നാം', 'നാം' എന്ന ഉന്നതവും വിശാലവുമായ സാഹോദര്യസൗധത്തിൽ കയറാനാണ് പുരുഷാകാരം ഉപയോഗിക്കേണ്ടത്... പൊതുജനങ്ങളെ ഉദ്ദേശിച്ച് ചെയ്യുന്ന പ്രവൃത്തികൾക്ക് പത്രത്തിന്റെ സഹായം ഏറ്റവും വിലയേറിയതും മിക്കവാറും ഒഴിച്ചുകൂടാത്തതുമാണ്. സഹോദരസംഘത്തിന്റെ ഉദ്ദേശങ്ങൾ കേരളീയരെ അറിയിക്കുന്നതിനാണ് 'സഹോദരൻ' പുറപ്പെടുന്നത്. എന്നാൽ ഇതിൽ സംഘസംബന്ധമായ സംഗതികൾക്കുപുറമെ വിജ്ഞാനപ്രദവും രസകരവുമായ മറ്റു വിവിധ വിഷയങ്ങൾ ഉണ്ടായിരിക്കുന്നതുമാണ്... സഹോദരന് ജാതി വ്യത്യാസമോ മതവ്യത്യാസമോ ഇല്ല''

മതങ്ങളിലെ ധർമ്മതത്ത്വങ്ങളെ അംഗീകരിക്കുന്നതോടൊപ്പം അവയെ ദുരുപയോഗം ചെയ്യുന്ന യാഥാസ്ഥിതിക ധാരകളെ തിരസ്കരിക്കുകയും ചെയ്യുന്ന ഈ പ്രസ്താവനയിൽ ശ്രീനാരായണഗുരുവിന്റെ 'പല മത സാരവുമേകം' എന്ന ദർശനത്തെ പത്രത്തിന്റെ അടിസ്ഥാന പ്രമാണമായി അയ്യപ്പൻ അംഗീകരിക്കുകയാണ്.

സഹോദരൻ അയ്യപ്പന്റെ ഒരോ വാക്കിലും തുടിക്കുന്ന ആത്മാർത്ഥതയും പുരോഗമനേച്ഛയും ശാസ്ത്രബോധവും യുക്തിചിന്തയും പത്രപ്രവർത്തകർക്കുണ്ടായിരിക്കേണ്ട സമചിത്തതയും പത്രപ്രവർത്തന ചരിത്രത്തിലെ അപൂർവ്വമാതൃകയാണ്. ലളിതമായിരുന്നു സഹോദരന്റെ ഭാഷ. സമസ്തപദ ബഹുലമായിരുന്ന മലയാളഗദ്യത്തിനുപകരം സാമാന്യമനുഷ്യർക്ക് ഹൃദ്യമാകുന്ന വിധത്തിലുള്ള പുതിയൊരു ഭാഷാശൈലിയായിരുന്നു സഹോദരൻ പിന്തുടർന്നത്.

ആദ്യത്തെ നാലുവർഷം മാസികയായാണ് 'സഹോദരൻ' പ്രസിദ്ധീകരിച്ചത്. ഒന്നാം പുസ്തകം പതിനൊന്നു ലക്കം പ്രദ്ധീകരിച്ചു. 1919-ൽ നിമയപഠനത്തിനായി അയ്യപ്പൻ തിരുവനന്തപുരത്തേക്കു പോയി. ആ സമയംതന്നെ ചാലസ്കൂളിൽ അധ്യാപകനായും ജോലിചെയ്തു. ഈ അവസരത്തിൽ തിരുവനന്തപുരത്തുനിന്നാണ് 'സഹോദരൻ' പുറത്തിറങ്ങിയത്. 1924-ൽ പത്രത്തിന്റെ പ്രസിദ്ധീകരണം മുടങ്ങി. 1925-ൽ ഏതാനും സുഹൃത്തുക്കളുടെ സഹായത്തോടെ 'സഹോദരൻ പ്രിന്റിംഗ് ആൻഡ് പബ്ലിഷിംഗ് കമ്പനി രൂപീകരിച്ച് മട്ടാഞ്ചേരിയിൽ നിന്ന് വാരികയായി പ്രസിദ്ധീകരിച്ചു തുടങ്ങി. 1956 ജൂലായ് 28 ന് അവസാനലക്കം

പുറത്തിറങ്ങുന്നതുവരെ നിരവധി കഠിനമായ പരീക്ഷണങ്ങളെയാണ് 'സഹോദരൻ' അതിജീവിച്ചത്.

കേരളീയരുടെ ബൗദ്ധിക ജീവിതത്തെ നവീകരിച്ചുകൊണ്ട് നാല്പതു വർഷത്തോളം നിലനിന്ന 'സഹോദരൻ' പത്രം മൂല്യാധിഷ്ഠിത പത്ര പ്രവർത്തനത്തിന്റെ അപൂർവ്വ കേരള മാതൃകയാണ്. പുരോഗമനപരമായ നിരവധി വൈവിധ്യമാർന്ന വിഷയങ്ങൾ പത്രം കൈകാര്യം ചെയ്തു. അനീതികളെ വിട്ടുവീഴ്ചയില്ലാതെ എതിർക്കുകയും നിലപാടുകൾ മറയില്ലാതെ പ്രഖ്യാപിക്കുകയും ചെയ്തു.

ജനാധിപത്യസമൂഹത്തിൽ ജനങ്ങളുടെ ജിഹ്വയായി പ്രവർത്തിക്കുന്ന മാധ്യമശൈലിക്ക് മാതൃകയായിരുന്ന 'സഹോദരൻ'. സഹോദരനിൽ പ്രസിദ്ധീകരിച്ചിരുന്ന വിഷയങ്ങളുടെ വൈവിധ്യവും വൈപുല്യവും നിരീക്ഷിച്ചാൽത്തന്നെ പത്രത്തിന്റെ ദർശനം വ്യക്തമാവും. മണിപ്രവാളം, രാജാറാം മോഹൻ റോയ്, തിരുവള്ളുവർ, ചാതുർവർണ്യം, ഹിന്ദുദൈവങ്ങൾ, ഹിന്ദുമത പരിഷ്കാരം, വ്യക്തിസ്വാതന്ത്ര്യം, നമ്മുടെ സംഗീതം തുടങ്ങിയവ പണ്ഡിതോചിതമായ വിശകലനങ്ങൾ കൊണ്ട് സമ്പന്നമായിരുന്നു.

"പൊതുജനാഭിപ്രായത്തെ പ്രതിഫലിപ്പിക്കുക, പൊതുജനോദ്ദേശ്യത്തെ വ്യാഖ്യാനിക്കുക, പൊതുജനമനസ്സാക്ഷിയെ ഉണർത്തുക, മനുഷ്യർക്കാവശ്യമുള്ള സംഗതികളൊക്കെ പ്രതിപാദിക്കുക, നല്ല കാര്യങ്ങൾക്കൊക്കെ സഹായിക്കുക, ഉദാരപ്രവൃത്തികളെയൊക്കെ പ്രോത്സാഹിപ്പിക്കുക, അറിവുണ്ടാക്കുക, അജ്ഞാനവും സ്പർധയും ഇല്ലാതാക്കുക, ഇരുട്ടില്ലിടത്തൊക്കെ വെളിച്ചം കൊടുക്കുക...." രണ്ടാം പുസ്തകത്തിന്റെ ഒന്നാം ലക്കത്തിൽ പത്ര ധർമ്മമായി പ്രഖ്യാപിച്ച ഈ ലക്ഷ്യങ്ങൾ ആദ്യന്തം നിലനിർത്തുന്നതിൽ അയ്യപ്പൻ വിജയിച്ചു.

ജാതി മത വിമർശനത്തിന്റെ കാര്യത്തിൽ ഒരു വിട്ടുവീഴ്ചയ്ക്കും 'സഹോദരൻ' പത്രം തയ്യാറായിരുന്നില്ല. നിശിതമായ, യുക്തിയുക്തമായ വിമർശനശരങ്ങൾക്കൊണ്ട് ചാതുർവർണ്യത്തിന്റെ അധീശാധികാരഘടനയെ അയ്യപ്പൻ നിർഭയം ചോദ്യം ചെയ്തു. നോക്കുക: "വർണവ്യവസ്ഥയെ സംബന്ധിച്ചിടത്തോളം മനുവിനു തെറ്റി, കൃഷ്ണനുതെറ്റി, വ്യാസനു തെറ്റി, ശങ്കരനും കൂട്ടർക്കുമൊക്കെ തെറ്റി, അവർക്കു തെറ്റിയില്ലെന്നു തെറ്റിദ്ധരിച്ച ജനതയ്ക്കും തെറ്റി, ഈ പട്ടും തെറ്റിന്റെ ഫലമാണ് കാലാകാലം വരുന്നവർക്കൊക്കെ അടിമപ്പെടുന്ന ജീവച്ഛക്തിപോയ ഭാരതം."

വിമർശനാതീതമെന്നു കരുതിയ ഏത് ആദർശരൂപത്തെയും തന്റെ നിലപാടുതറയിൽ നിന്ന് യുക്തിയുക്തമായി വിമർശിക്കാൻ സഹോദരൻ മടികാണിച്ചിരുന്നില്ല. 'വ്യക്തി സ്വാതന്ത്ര്യം' എന്ന ലേഖനത്തിൽ അയ്യപ്പൻ എഴുതുന്നു: "മതത്തിന്നല്ല, ഗവർൺമെന്റിന്നല്ല, ഒന്നിനും ഇനി

മനുഷ്യർ അടിമകളായിരിക്കേണ്ട ആവശ്യമില്ല. ആ കാലം കഴിഞ്ഞു... ഇനി വ്യക്തിസ്വാതന്ത്ര്യത്തിന്റെ കാലമാണ്. പരാതന്ത്ര്യം മാനികൾക്ക് മൃതിയേക്കാൾ ഭയാനകം എന്നു പാടേണ്ടകാലമാണ്.'' അടിമകളായി കഴിയേണ്ടിവന്നിരുന്ന മനുഷ്യർ ആർജ്ജിക്കേണ്ടിയിരിക്കുന്ന പുതിയ വ്യക്തിത്വത്തെക്കുറിച്ചാണ് സഹോദരൻ പറയുന്നത്. മനുഷ്യസ്വാതന്ത്ര്യവുമായി ബന്ധപ്പെട്ട നവീനമായ ഒരു ജനാധിപത്യബോധം ജാതിമത അധികാര വ്യവസ്ഥകൾക്കതീതമായി രൂപപ്പെട്ടു വരുന്നതിന്റെ ശബ്ദം തിരിച്ചറിയാനുള്ള ശാസ്ത്രീയബോധം അയ്യപ്പനുണ്ടായിരുന്നു.

പത്രഭാഷയുടെ നിർമലമായ ശൈലിയിൽ നിന്നും വ്യത്യസ്തമായി ആത്മാർത്ഥത തുളുമ്പുന്ന ഭാഷയിൽ സുഗ്രഹവും പ്രസാദാത്മകവുമായ ഗദ്യത്തിലാണ് അയ്യപ്പൻ മുഖപ്രസംഗങ്ങൾ എഴുതിയത്. ജാതി വിരുദ്ധതയും മതവിമർശനവുമായിരുന്നു അവയുടെ ആണിക്കല്ല്. സമുദായ മൈത്രിയും അധഃകൃത വിമോചനവും അവയുടെ ലക്ഷ്യങ്ങളായിരുന്നു.

ഇന്ത്യയിലും ഇതരരാജ്യങ്ങളിലും നടക്കുന്ന ചലനങ്ങൾ അയ്യപ്പൻ സൂക്ഷ്മമായി നിരീക്ഷിച്ചിരുന്നു. അവയെക്കുറിച്ചുള്ള തന്റെ വിശകലനങ്ങൾ പത്രത്തിലൂടെ പ്രകാശിപ്പിച്ചുകൊണ്ട് നൂതന വിജ്ഞാനത്തിന്റെ ആകാശങ്ങളിലേക്ക് പതുതലമുറയെ ആനയിക്കാൻ ഈ പത്രാധിപർ ശ്രദ്ധാലുവായിരുന്നു. മാർക്സ്, ഫ്രോയ്ഡ്, അംബേദ്കർ, ജയപ്രകാശ് നാരായണൻ, സോഷ്യലിസം, കമ്യൂണിസം, ജനാധിപത്യം തുടങ്ങി ആധുനിക വിജ്ഞാനത്തിന്റെ പുതിയ മേഖലകൾ സഹോദരൻ പത്രത്തിൽ ചർച്ച ചെയ്യപ്പെട്ടു. അന്തർദ്ദേശീയമായ ഒരു ദർശനത്തിന്റെ ഭൂമികയിൽവെച്ച് കേരളത്തിന്റെ സാമൂഹിക പ്രശ്നങ്ങളെ അപഗ്രഥിക്കാൻ സഹോദരൻ ശ്രമിച്ചു. ഗാന്ധിജിയുടെയും ടാഗോറിന്റെയും നിലപാടുകളെപ്പോലും വിമർശിക്കാൻ അയ്യപ്പൻ മടികാണിച്ചില്ല. 1921-ൽ എഴുതിയ ഒരു ലേഖനത്തിൽ അയ്യപ്പൻ ഇങ്ങനെ പറയുന്നു:

'ബ്രിട്ടീഷ് ഗവൺമെന്റിനെ ആസുരമെന്നും ക്രൂരമെന്നും പറഞ്ഞ് എതിർത്തു വരുന്ന ഗാന്ധി, ഇവിടെ പറയരേയും മറ്റും മൃഗങ്ങളേക്കാൾ നികൃഷ്ടരായി കരുതുന്ന ഇന്ത്യക്കാരെ എന്തുകൊണ്ടു ചെകുത്താന്മാരെന്നു വിളിക്കുന്നില്ല.? ഇന്ത്യക്കാരെ കടത്താത്ത കാനഡയിൽ കാലെടുത്തു വെയ്ക്കില്ലെന്നു ശഠിച്ച ടാഗോർ എന്തുകൊണ്ട് ഇവിടെ പറയരേയും മറ്റും കടത്താത്ത പബ്ലിക്ക് റോഡുകളിൽ കാലെടുത്തുകുത്തുകയില്ലെന്നും ശഠിക്കുന്നില്ല? നീതിയുള്ള ആത്മശക്തിവാദികൾ അങ്ങനെ ചെയ്യേണ്ടതല്ലേ? ഇങ്ങനെ ഭാരതീയ നേതാക്കന്മാരും അധഃകൃതരെ സംബന്ധിച്ചിടത്തോളം തീരെ അനുകമ്പയില്ലാത്തവരാണ്'.

ശ്രേണികൃത ജാതിഘടനയെ അബോധത്തിലെങ്കിലും അംഗീകരിക്കുന്നത് അയ്യപ്പന് അസഹനീയമായിരുന്നു.

ആദ്യകാലത്ത് വർണാശ്രമ വ്യവസ്ഥയെ അനുകൂലിച്ചിരുന്ന ഗാന്ധിജിയെ നിശിതമായി വിമർശിക്കാൻ അയ്യപ്പന്റെ നീതിബോധത്തിന് മടിയില്ലായിരുന്നു.

'ഗാന്ധി പറയുന്നത് വർണം ജനനം കൊണ്ട് കിട്ടുന്നതും അനുഷ്ഠാനം കൊണ്ടു രക്ഷിക്കേണ്ടതും അങ്ങനെ രക്ഷിച്ചില്ലെങ്കിൽ പോകുന്നതുമാണെന്നാണ്. ബ്രഹ്മജ്ഞാനിയുടെ മക്കൾമാത്രം ബ്രഹ്മജ്ഞാനികളാകാൻ ശ്രമിക്കുകയും വിറകുവെട്ടിയുടെ മക്കൾ വിറകുവെട്ടികളായിത്തന്നെ കഴിയുകയും ചെയ്യണമെന്നാണ് ഇതുകൊണ്ടു വരുന്നത്. ഇതു ധർമ്മമാണോ? ബുദ്ധിപൂർവ്വമായ ഏർപ്പാടാണോ? ബുദ്ധിയേയും വാസനയേയും പാരമ്പര്യവഴി അവിച്ഛിന്നമായി തുടർന്നു കൊണ്ടു പോകാൻ സാധിക്കുമെന്നുള്ള അതിശയോക്തിപരമായ അസംബന്ധപാരമ്പര്യവാദം മാത്രമാണിത്. ഇന്ത്യയിൽ ഏഴെട്ടുകോടി ജനങ്ങളെ അധഃകൃതരാക്കിയത് ഈ വർണാശ്രമധർമ്മമെന്ന നിഷ്ഠുര ധർമ്മമാണ്. യഥാർത്ഥ ലോകക്ഷേമ കാംക്ഷികളായ ദയാലുക്കൾ വർണാശ്രമധർമ്മത്തെ ഒരിക്കലും താങ്ങുകയില്ല. ഗാന്ധിതന്നെ വർണാശ്രമധർമ്മത്തെ അനുഷ്ഠിക്കുന്നവനല്ല. അദ്ദേഹം ബ്രഹ്മജ്ഞാനം സമ്പാദിക്കുവാൻ ശ്രമിക്കുന്നവനാണല്ലോ. ബ്രാഹ്മണനുവിധിച്ചിട്ടുള്ള ആ വേല വൈശ്യനായ അദ്ദേഹം എടുത്തത് ധർമ്മമാണോ? കച്ചവടത്തിനും കൃഷിക്കും പോകേണ്ട അദ്ദേഹം എന്തിനു ബ്രഹ്മജ്ഞാനിയാകുന്നു? എല്ലാവരും ചർക്ക തിരിക്കുന്ന ശൂദ്രജോലി എടുക്കണമെന്നു ശാഠ്യം പിടിക്കുന്ന ഗാന്ധി വർണാശ്രമധർമ്മത്തെ പാലിക്കുവാൻ ഉപദേശിക്കുന്നതിലും ആത്മാർത്ഥതയില്ല." പറയുന്നത് ഗാന്ധിജിയാണെങ്കിലും തന്റെ ആദർശങ്ങൾക്കു നിരക്കാത്തതാണെങ്കിൽ വിമർശിക്കുവാൻ സഹോദരൻ മടികാണിച്ചിരുന്നില്ല.

തൊഴിൽ വിഭജനവുമായി ബന്ധപ്പെടുത്തി വർണാശ്രമധർമ്മത്തെ വ്യാഖ്യാനിക്കുന്ന ലളിതയുക്തികളെ അയ്യപ്പൻ അംഗീകരിച്ചിരുന്നില്ല. ജാതിഘടനയ്ക്ക് അംഗീകാരം നൽകുന്ന വൈദികപ്രത്യയശാസ്ത്രത്തെ നിശിതമായി വിചാരണചെയ്യുവാൻ അദ്ദേഹം മടികാണിച്ചതുമില്ല.

ജാതിയെ ഉന്മൂലനം ചെയ്യുന്നതിനു വേണ്ടിയുള്ള ആശയപരവും പ്രായോഗികവുമായ പ്രവർത്തനങ്ങളെ സംയോജിപ്പിക്കുകയായിരുന്നു അയ്യപ്പൻ ചെയ്തത്. അതിനായുള്ള തന്റെ എഴുത്തും പ്രവൃത്തിയും പരസ്പര പൂരകമാണെന്ന് അദ്ദേഹം തെളിയിച്ചു.

ഈഴവ സമുദായവുമായി ബന്ധപ്പെട്ടതുമാത്രമായിരുന്നില്ല 'സഹോദര'നിലെ എഴുത്തുകൾ. നായർ, നമ്പൂതിരി സമുദായങ്ങളിലെ ജീർണതകളെയും അദ്ദേഹം വിമർശിച്ചു. ജാതിവിമുക്തമായ ഒരു നവകേരളത്തെ അയ്യപ്പൻ സ്വപ്നം കണ്ടു. 'ജാതി വേണ്ട, മതം വേണ്ട.

ദൈവം വേണ്ട, മനുഷ്യന്' എന്ന് അക്കാലത്ത് പ്രഖ്യാപിക്കണമെങ്കിൽ അസാമാന്യമായ ധീരത ആവശ്യമാണ്. ജാതിയ്ക്കെതിരെയുള്ള ശ്രീനാരായണഗുരുവിന്റെ താത്വികമായ നിലപാടുകളെ തന്റെ ചിന്തകൾക്കുള്ള ഇന്ധനമായാണ് അയ്യപ്പൻ സ്വീകരിച്ചത്.

ജാതീയത, മതവിശ്വാസം, ദൈവസങ്കല്പം, അന്ധവിശ്വാസങ്ങൾ, അനാചാരങ്ങൾ, ശാസ്ത്രവിരുദ്ധത, ബ്രാഹ്മണാധിപത്യം തുടങ്ങി മനുഷ്യരുടെ പരോഗതിക്കു വിഘാതമാകുന്ന എല്ലാഘടകങ്ങളെയും പ്രതിസ്ഥാനത്തു നിർത്തുകയും നിശിതവും സൂക്ഷ്മവുമായ വിചാരണകൾക്കു വിധേയമാക്കി തന്റെ ശാസ്ത്രീയയുക്തികൾകൊണ്ട് വിശകലനം ചെയ്ത് അവയെ തള്ളിക്കളയുകയും ചെയ്തു അദ്ദേഹം.

ജനാധിപത്യം, ഉത്തരവാദഭരണം, സർവ്വമത സാഹോദര്യം, യുക്തിചിന്ത, മിശ്രവിവാഹം, സാമുദായ പ്രാതിനിധ്യം, ക്ഷേത്രപ്രവേശനം തുടങ്ങിയ ആ കാലഘട്ടത്തെ വെളിച്ചത്തിലേക്കു നയിക്കാൻ സഹായിച്ച എല്ലാ പുരോഗമന ചിന്തയേയും അയ്യപ്പൻ സ്വാഗതം ചെയ്തു. സഹോദരൻ പത്രത്തിന്റെ താളുകളിൽ ഇവയ്ക്കുവേണ്ടിയുള്ള വാദങ്ങൾ നിരന്തരം പ്രത്യക്ഷപ്പെട്ടുകൊണ്ടിരുന്നു.

ഒരു കാലഘട്ടത്തിന്റെ ചിന്തകളെ ഉഴുതുമറിച്ച സഹോദരൻ പത്രത്തിന്റെ അവസാനലക്കം 1956 ജൂലായ് 28 നാണ് പുറത്തിറങ്ങിയത്. 'ജാതിനശിപ്പിക്കുക. മതം വ്യക്തികാര്യമാക്കുക' എന്ന ശീർഷകത്തിൽ എഴുതിയ അവസാനത്തെ മുഖപ്രസംഗത്തിൽ പോലും തന്റെ ജീവിത സന്ദേശം അദ്ദേഹം ആവർത്തിച്ചു.

'യുക്തിവാദി' എന്നൊരു മാസികയും അയ്യപ്പന്റെ നേതൃത്വത്തിൽ പ്രസിദ്ധീകരിച്ചിരുന്നു. എം. രാമവർമ്മതമ്പുരാൻ, സി.വി. കുഞ്ഞുരാമൻ, സി. കൃഷ്ണൻ, എം.സി ജോസഫ് എന്നിവരായിരുന്നു അയ്യപ്പനോടൊപ്പം യുക്തിവാദ പ്രചരണത്തിനായി മുന്നിൽ നിന്നത്. 1929-ലാണ് 'യുക്തിവാദി' യുടെ ആദ്യലക്കം പുറത്തിറങ്ങിയത്. ആദ്യലക്കത്തിൽ അയ്യപ്പൻ ഇങ്ങനെ എഴുതി: "അറിവെല്ലാം പരിപൂർണമായി ആദ്യം ലഭിച്ചുപോയി എന്നയു ക്തിക്കും അനുഭവത്തിനും വിരുദ്ധമായിട്ടുള്ള 'ശ്രുതി' വിശ്വാസം ജനങ്ങളുടെ അന്വേഷണബുദ്ധിയെ സ്തംഭിപ്പിക്കുന്നു. അതുകൊണ്ട്, ജ്ഞാനാഭിവൃദ്ധിയും തജ്ജന്യമായ നാഗരികാഭിവൃദ്ധിയും ആഗ്രഹിക്കുന്നവരെല്ലാം യുക്തിപ്രസ്ഥാനത്തെ പ്രോ ത്സാഹിപ്പിക്കേണ്ടതാണ്. യുക്തിവാദം ഒരു മതമല്ല. അത് യുക്തിയെ അടിസ്ഥാനമാക്കി അറിവുമാത്രം സ്വീകരിക്കുക എന്ന മനോഭാവമാണ്. ഈ മനോഭാവം ജനങ്ങളിൽ സൃഷ്ടിക്കുവാനായിരിക്കും യുക്തിവാദിയുടെ ശ്രമം"

കേരളത്തിലെ യുക്തി വാദപ്രസ്ഥാനത്തിന് തിരികൊളുത്തിയത് അയ്യപ്പന്റെ ചിന്തകളായിരുന്നു.

‘യുക്തിയേന്തി മനുഷ്യന്റെ
ചിത്തശക്തി ഖനിച്ചതിൽ
ലഭിച്ചതല്ലാതില്ലൊന്നും
ലോകവിജ്ഞാനരാശിയിൽ’

എന്ന അയ്യപ്പന്റെ വരികൾ യുക്തിവാദ പ്രസ്ഥാനത്തിന്റെ ആപ്ത വാക്യമായി മാറി.

രണ്ടര വർഷത്തോളം അയ്യപ്പന്റെ മുഖ്യചുമതലയിൽ ‘യുക്തിവാദി’ പ്രസിദ്ധീകരിച്ചു. 1932-ൽ ‘വേലക്കാരൻ’ എന്നൊരു പത്രത്തിനും അയ്യപ്പൻ തുടക്കമിട്ടു. അസംഘടിത തൊഴിൽ മേഖലയിലെ പ്രശ്നങ്ങൾ ഉന്നയിക്കുന്നതിനു വേണ്ടിയായിരുന്നു ഈ പത്രം തുടങ്ങിയത്. എന്നാൽ ഏറെക്കാലം തുടരാൻ കഴിഞ്ഞില്ല.

കേരള പത്രപ്രവർത്തന ചരിത്രത്തിൽ ‘സഹോദരൻ’ എന്ന പത്രത്തിനും അയ്യപ്പൻ എന്ന പത്രാധിപർക്കും അതുല്യമായ സ്ഥാനമാണുള്ളത്. ആധുനികമായ ജീവിത മൂല്യങ്ങളിലേക്ക് മലയാളിയുടെ ചിന്താമണ്ഡലത്തെ നയിക്കുവാൻ സഹോദരൻ അയ്യപ്പനുകഴിഞ്ഞു. മലയാള ഭാവുകത്വത്തെ നവീകരിച്ച നിരവധി എഴുത്തുകാർ ‘സഹോദര’നിലൂടെയാണ് എഴുതിത്തെളിഞ്ഞത്. കെടാമംഗലം പപ്പുക്കുട്ടി, വൈക്കം മുഹമ്മദ് ബഷീർ, പോഞ്ഞിക്കര റാഫി, ഇടമറുക്, പി. കേശവദേവ്, കുമാരനാശാൻ തുടങ്ങിയവരുടെ രചനകൾ സഹോദരനിൽ പ്രസിദ്ധീകരിച്ചിരുന്നു. ബഷീറിന്റെയും മറ്റും രചനാരീതിയെ നിർണായകമായ രീതിയിൽ സ്വാധീനിക്കാൻ അയ്യപ്പനു കഴിഞ്ഞിരുന്നു. കവി, ഉപന്യാസകാരൻ എന്നീ നിലകളിലും അയ്യപ്പന് മലയാള സാഹിത്യത്തിൽ സവിശേഷ സ്ഥാനമുണ്ട്.

ആന്തരീക ജീവിതത്തെയും ബാഹ്യജീവിതത്തെയും ആവിഷ്കരിക്കുന്ന, രണ്ടുതരം സാഹിത്യം എല്ലാ കാലത്തുമുണ്ടായി രുന്നു. ജീവിക്കുന്ന കാലഘട്ടത്തിന്റെ അനുഭൂതി ചരിത്രമാണ് എഴുത്തുകാരന്റെ രചനകളിൽ രേഖപ്പെട്ടുകിടക്കുന്നത്. ആത്മബന്ധത്തെ ആവിഷ്കരിക്കുന്ന രചനകളിൽപോലും സമൂഹവും ചരിത്രവും അബോധസാന്നിധ്യമായിരിക്കും. സാഹിത്യവും സമൂഹവും തമ്മിലുള്ള വൈരുധ്യാത്മക ബന്ധം എക്കാലത്തും നമ്മുടെ ചർച്ചാവിഷയവുമായിരുന്നു. കലയെ സംബന്ധിച്ച വരേണ്യ കാഴ്ചപ്പാടുകൾ മറ്റെല്ലാ വ്യവഹാരത്തിലുമെന്നപോലെ സാഹിത്യരചനകളുടെ കാര്യത്തിലും അധീശത്വം പുലർത്തിയിരുന്നു. അത്തരം പ്രതിലോമകരമായ കാഴ്ചപ്പാടുകൾക്കു പുറത്തായിരുന്നു സഹോദരൻ അയ്യപ്പന്റെ സാഹിത്യരചനകൾക്കു സ്ഥാനം.

കെ.പി. കറുപ്പൻ, പൊയ്കയിൽ അപ്പച്ചൻ, സഹോദരൻ അയ്യപ്പൻ തുടങ്ങിയവരുടെ ആത്മാവിഷ്കാരങ്ങൾ അവർ ജീവിച്ച അധഃസ്ഥിത ജീവിതവുമായി ബന്ധപ്പെട്ടിരിക്കുന്നു. സവർണ സൗന്ദര്യബോധത്തിന്റെ പ്രഖ്യാപിത മാനദണ്ഡങ്ങൾക്കു പുറത്താണ് അവയുടെ നിൽപ്. എന്നാൽ അക്കാരണത്താൽ അവയുടെ പ്രസക്തി കുറയുന്നില്ല.

ജീവിച്ചകാലത്തോട് സംവദിക്കാനുള്ള ഉപകരണമായിരുന്നു സഹോദരൻ അയ്യപ്പന് സാഹിത്യരചനകൾ.സനാതന സൗന്ദര്യമൂല്യങ്ങൾ അദ്ദേഹത്തിന്റെ പരിഗണനാവിഷയമേ ആയിരുന്നില്ല. കേരളത്തിലെ ജാതിജീവിതത്തെയും സാമൂഹികചരിത്രത്തെയും പ്രശ്നവൽക്കരിച്ച രചനകളായിരുന്നു അദ്ദേഹത്തിന്റേത്. ഭാഷയുടെ സൂക്ഷ്മരാഷ്ട്രീയം സഹോദരന്റെ രചനകളിൽ നിറഞ്ഞു നിന്നു. ഓരങ്ങളിൽ നിന്നുള്ള നോട്ടമായിരുന്നു അദ്ദേഹത്തിന് എഴുത്തു ജീവിതം

1934ലാണ് സഹോദരന്റെ പദ്യകൃതികളുടെ ആദ്യപതിപ്പ് പുറത്തു വരുന്നത്. അതിന്റെ മുഖവുരയിൽ തന്റെ സാഹിത്യദർശനം അദ്ദേഹം വ്യക്തമാക്കുന്നുണ്ട്. “കവിത ധർമ്മോപദേശമായിരിക്കരുതെന്ന് ഒരു പക്ഷമുണ്ടല്ലോ. ഈ പുസ്തകത്തിലെ കൃതികളെല്ലാം ഉപദേശപ്രധാനങ്ങളാണ്. അതുകൊണ്ട് ഈ കൃതികൾ കവിതകളാകാതെ പോകുമെങ്കിൽ അതിൽ എനിക്ക് ഒട്ടും കുണ്ഠിതമുണ്ടാകയില്ല കവിത വികാര പ്രധാനമായിരിക്കണമെന്നും ഒരു പക്ഷമുണ്ട്. ഈ കൃതികൾ വായനക്കാരിൽ വികാരം ജനിപ്പിക്കുവാൻ പര്യാപ്തങ്ങളാണോ അല്ലയോ എന്നത് വായനക്കാർ തീർച്ചയാക്കിക്കൊള്ളട്ടെ. ഒരു സംഗതി എനിക്കു പറയുവാൻ സാധിക്കും. അത് ഈ കൃതികൾ ഓരോ കാലത്ത് എന്റെ ഉള്ളിൽ തിരതല്ലിയ വികാരങ്ങളുടെ ബഹിർ പ്രകടനങ്ങളാണെന്നുള്ളതാണ്.. ആ വികാരങ്ങൾ വിചാരത്തിൽ നിന്നുണ്ടായവയും വിചാരത്താൽ നയിക്കപ്പെട്ടവയുമാണെന്നേയുള്ളൂ.”

കവിതയുടെ കേവലമായ ലാവണ്യാനുഭൂതിയ്ക്കപ്പുറത്ത് അതിന്റെ സാമൂഹിക ധർമ്മത്തിലായിരുന്നു സഹോദരന്റെ ഊന്നൽ. അദ്ദേഹം രചനകൾ നിർവ്വഹിച്ചിരുന്ന കാലഘട്ടത്തിൽ ഇത്തരമൊരു ചിന്ത പ്രബലവുമായിരുന്നു. വി.ടി. ഭട്ടതിരിപ്പാട്, കെ. ദാമോദരൻ, പി. കേശവദേവ്, തകഴി, കെടാമംഗലം, പൊൻകുന്നം വർക്കി തുടങ്ങിവരുടെ രചനകൾ പങ്കുവെച്ചതും ഇതേ ആദർശമായിരുന്നു. സഹോദരന്റെ മുഖ്യതട്ടകം സാമൂഹ്യ പ്രവർത്തനമായിരുന്നതിനാൽ അതിന്റെ വീക്ഷണങ്ങൾ എഴുത്തിനെ സ്വാധീനിക്കുന്നത് സ്വാഭാവികമാണ്. അയ്യപ്പനെപ്പോലെ അദ്ദേഹത്തിന്റെ രചനകളും വ്യവസ്ഥകളോട് കലഹിച്ചു. നവോത്ഥാനത്തിന്റെ പ്രകാശരേഖകൾ ആ സാഹിത്യ രചനകളിലും ജ്വലിച്ചുനിന്നു. സാഹിത്യത്തിന്റെ സൗന്ദര്യാത്മകയുക്തികളിലായിരുന്നില്ല, അതിന്റെ ഉദ്ബോധനാത്മകതയിലായിരുന്നു അദ്ദേഹത്തിന്റെ ശ്രദ്ധ.

റഷ്യൻ വിപ്ലവത്തെ സ്വാഗതം ചെയ്തു കൊണ്ടുള്ള ആദ്യ കവിത അദ്ദേഹത്തിന്റേതാണ്. 'ഈഴവോത്ബോധനം' എന്നാണ് കവിതയുടെ പേര്.

'സഖാക്കളേ' എന്ന സംബോധന ആദ്യമായി ഈ കവിതയിലാണ് പ്രയോഗിക്കപ്പെട്ടത് എന്ന് അഭിപ്രായമുണ്ട്. ജാതിഭാരതം, ജാതിചികിത്സാസംഗ്രഹം, ബുദ്ധമാർഗം, ധർമ്മഗാനം, ആൾ ദൈവം, സയൻസ് ദശകം, റോസ, അഹല്യ എന്നീ കവിതകൾ സഹോദരനിലെ കവിപ്രതിഭയെ വെളിപ്പെടുത്തുന്നുണ്ട്.

കവിതയുടെ സൗന്ദര്യശാസ്ത്രം നിഷ്കർഷിക്കുന്ന ധ്വന്യാത്മകത, ഭാവസൗകുമാര്യം തുടങ്ങിയവയൊന്നും സഹോദരന്റെ പരിഗണാവിഷയമായിരുന്നില്ല. അദ്ദേഹത്തിന്റെ യുക്തിബോധത്തെയും ശാസ്ത്രീയ ചിന്തയേയും വ്യക്തമാക്കുന്ന 'സയൻസ് ദശകം' ഏറെ പ്രസിദ്ധമാണ്. ആധുനിക യുഗത്തിലെ ദൈവം ശാസ്ത്രമാണെന്നാണ് അയ്യപ്പന്റെ പക്ഷം. ശാസ്ത്രത്തിന്റെ അജയ്യതയെ വാഴ്ത്തുന്ന കൃതിയാണ് 'സയൻസ് ദശകം', 'ഓണപ്പാട്ട്', 'യുക്തി കാലം ഓണപ്പാട്ട്' എന്നീ രണ്ടു കവിതകൾ ഓണസങ്കല്പവുമായി ബന്ധപ്പെട്ട് അയ്യപ്പൻ രചിച്ചിട്ടുണ്ട്.

മലയാളിക്ക് ഏറെ സുപരിചിതമായ 'മാവേലി നാടുവാണീടും കാലം' എന്ന വരിയോടെയാണ് സഹോദരന്റെ ഓണപ്പാട്ട് ആരംഭിക്കുന്നത്. അതിനാൽ മലയാളികൾ വർഷങ്ങളായി പാടിവരുന്ന; അജ്ഞാതകർതൃകമെന്നു കരുതിയിരുന്ന ഈ മാവേലിപ്പാട്ടിന്റെ കർത്താവ് സഹോദരൻ അയ്യപ്പനാണെന്ന് ഡോ.അജയ്ശേഖർ അഭിപ്രായപ്പെടുന്നു (മാതൃഭൂമി ദിനപത്രം, 2014 ആഗസ്റ്റ് 22) എന്നാൽ ഈ ഓണപ്പാട്ട് 'ആരോമൽ പൈങ്കിളി പെൺകിടാവേ' എന്ന വരിയോടെ തുടങ്ങുന്ന മറ്റൊരു പാട്ടിന്റെ ഭാഗമാണെന്നാണ് ഡോ. മനോജ് കുറൂർ അഭിപ്രായപ്പെടുന്നത് (ദി ഹിന്ദു, 2016 സെപ്തംബർ 10,) സഹോദരന്റെ ജനനത്തിനു മുമ്പുതന്നെ മരിച്ചുപോയ, ഗുണ്ടർട്ട് ഈ ഗാനത്തിന്റെ മൂലരൂപം ജർമ്മനിയിലേക്ക് കൊണ്ടുപോയിരുന്നെന്നും ഈ ഗാനമടങ്ങിയ സമാഹാരം പ്രൊഫ. സക്റിയ സക്കറിയ ട്യൂബംഗൻ സർവ്വകലാശാലയിൽ നിന്ന് കണ്ടെത്തിയിട്ടുണ്ടെന്നും അദ്ദേഹം പറയുന്നു. ഒമ്പതാം നൂറ്റാണ്ടിലോ പത്താം നൂറ്റാണ്ടിലോ ആയിരിക്കാം ഇതിന്റെ രചന നടന്നതെന്നും അദ്ദേഹം കരുതുന്നു. എന്നാൽ മറ്റുചിലർ ഈ പാട്ട് 16-ാം നൂറ്റാണ്ടിൽ രചിച്ചതായാണ് കണക്കാക്കുന്നത്.

പ്രസിദ്ധമായ ആറുവരികൾക്കു ശേഷം വർണവ്യവസ്ഥയേയും മതത്തേയും വിചാരണചെയ്യുന്ന വരികൾ കൂട്ടിച്ചേർത്ത് ശക്തമായ സാമൂഹിക വിമർശനം നടത്തുന്നുണ്ട് അയ്യപ്പൻ ഈ കവിതയിലൂടെ.

ഭാഷാടിസ്ഥാനത്തിൽ കേരളം രൂപീകരിക്കുന്നതിനുമുമ്പുതന്നെ മലയാളഭാഷയ്ക്കുവേണ്ടി ഉയർന്ന ശബ്ദങ്ങളിലൊന്ന് സഹോദരൻ അയ്യപ്പന്റേതായിരുന്നു. കൊച്ചി സംസ്ഥാനത്തിലെ നിയമസഭയിൽ ആദ്യമായി മലയാളത്തിൽ പ്രസംഗിച്ചത് സഹോദരനാണ്. ഏറ്റവും ഫലപ്രദമായും ആകർഷകമായും മാതൃഭാഷയിൽ മാത്രമേ പ്രസംഗിക്കാൻ കഴിയൂ എന്നതായിരുന്നു സഹോദരന്റെ അഭിപ്രായം. പിന്നീട് പല നിയമസഭാംഗങ്ങളും അയ്യപ്പന്റെ പാത പിന്തുടർന്ന് മലയാളത്തിൽ പ്രസംഗിക്കാൻ തയ്യാറായി.

ജനതയുടെ അറിവ്, അനുഭവം, സൗന്ദര്യബോധം, ആവിഷ്കാര ശേഷി തുടങ്ങിയവ രൂപപ്പെടുന്നത് മാതൃഭാഷാജ്ഞാനവുമായി ബന്ധപ്പെട്ടാണെന്ന തിരിച്ചറിവ് അയ്യപ്പനുണ്ടായിരുന്നു. ഭരണം, കോടതി, വിദ്യാഭ്യാസം തുടങ്ങിയ പൊതു വ്യവഹാര മണ്ഡലങ്ങളിൽ മാതൃഭാഷ നിർബന്ധമാക്കുന്നത് ഭാഷാപരമായ മനുഷ്യാവകാശവുമായി ബന്ധപ്പെട്ട അടിസ്ഥാനപ്രവർത്തനമാണെന്ന് സഹോദരനറിയാമായിരുന്നു. വ്യക്തിയുടെ മാത്രമല്ല, ദേശത്തിന്റെയും സ്വത്വം നിർണയിക്കുന്നത് മാതൃഭാഷയാണെന്നും നവോത്ഥാനത്തിന്റെയും ദേശീയപ്രസ്ഥാനത്തിന്റെയും ഭാഷ മാതൃഭാഷയാണെന്നും അദ്ദേഹം തിരിച്ചറിഞ്ഞു. നമ്മുടെ വിജ്ഞാനോല്പാദനത്തിന്റെയും വിജ്ഞാന വിനിമയത്തിന്റെയും ഭാഷ മലയാളവുമാവുമ്പോഴാണ് ദേശത്തിന്റെ വികസനം സാധ്യമാവുക എന്ന കാഴ്ചപ്പാട് സഹോദരൻ വെച്ചുപുലർത്തിയിരുന്നു.

'മലയാളികളുടെ സർക്കാർ ഭാഷയും വിദ്യാഭ്യാസ ഭാഷയും മലയാളമായിരിക്കണം' എന്ന് സഹോദരൻ ആവശ്യപ്പെട്ടു. എന്നാൽ ഇംഗ്ലീഷിനോട് അദ്ദേഹത്തിന് വിരോധമുണ്ടായിരുന്നില്ല. ഇംഗ്ലീഷ്ഭാഷ കൊണ്ട് മലയാളത്തിനുണ്ടായിട്ടുള്ള ഗുണങ്ങൾ ഒരിക്കലും വിസ്മരിക്കരുതെന്നും മലയാളത്തെ പ്രധാനഭാഷയാക്കുമ്പോൾ സ്കൂളുകളിലും കോളേജുകളിലും ഇംഗ്ലീഷ് ഒരു നിർബന്ധിത ഉപഭാഷയായി തുടരണമെന്നും സഹോദരൻ അഭിപ്രായപ്പെട്ടു.

1934-ൽ 'മലയാളഭാഷയുടെ അഭിവൃദ്ധി മാർഗ്ഗം' എന്ന ശീർഷകത്തിൽ മലയാള മനോരമയിൽ സഹോദരൻ എഴുതിയ ലേഖനം മൗലികവും ശാസ്ത്രീയവുമായ ഭാഷാചിന്തകളാൽ സമ്പന്നമാണ്. മലയാളത്തിൽ വിജ്ഞാന സമ്പത്തു കുറവായ കാരണം പറഞ്ഞ് വിദ്യാഭ്യാസം വിദേശഭാഷയിലാകുന്നത് നല്ല നയമായി കരുതാൻ നിവൃത്തിയില്ല എന്ന് അദ്ദേഹം സൂചിപ്പിക്കുന്നു. ഏതു ഭാഷയിലെ വിജ്ഞാനസമ്പത്തും ഭാഷയിലേക്കു പകർത്തുവാൻ പ്രയാസമില്ല. ഭാഷയിൽ വിജ്ഞാന സമ്പത്തു കുറവാണെങ്കിൽ അതു വർദ്ധിപ്പിക്കാൻ ശ്രമിക്കണം. അല്ലാതെ ഭാഷ എന്നെന്നും അങ്ങനെ കിടക്കട്ടെ എന്നു വെയ്ക്കുയല്ല വേണ്ടത്.

മാതൃഭാഷതന്നെ പ്രധാന ഭാഷയാക്കണം. ഭാഷയും സാഹിത്യവും അഭിവൃദ്ധിപ്പെടാൻ അതാണ് ചെയ്യേണ്ടതെന്ന് സഹോദരൻ പറയുന്നു.

'മലയാളികൾ പാണ്ഡിത്യം നേടുന്നത് മലയാളത്തിൽ കൂടിയല്ല. അതിനാൽത്തന്നെ മലയാളത്തിൽ ഫലിക്കുവാനും മാർഗ്ഗമില്ല. ഭാഷയുടെ അഭിവൃദ്ധി അത് സംസാരിക്കുന്ന ജനങ്ങളുടെ അഭിവൃദ്ധി അതിൽ പ്രതിഫലിച്ചിട്ടാണ് മലയാളികളെ ഭരിക്കുന്ന ഗവൺമെന്റിന്റെ ആഭ്യന്തരകാര്യത്തിലുള്ള എഴുത്തുകുത്തുകൾ ഇംഗ്ലീഷിൽത്തന്നെ വേണമെന്നു വെച്ചിരിക്കുന്നത് അനാവശ്യവും ദോഷകരവുമാണ്. മലയാളത്തിൽ വിദ്യാഭ്യാസം സിദ്ധിച്ചവർ ഉദ്യോഗത്തിലിരിക്കുകയും ജനങ്ങളുടെ പ്രശ്നങ്ങൾ തിരിച്ചറിഞ്ഞ് പരിഹരിക്കുകയും വഴി ഗവൺമെന്റിന്റെ ഭരണം കാര്യക്ഷമമാക്കുന്നു. തുർക്കി, സ്കോട്ട്ലണ്ട്, അയർലണ്ട്, റഷ്യ, തുടങ്ങിയ രാജ്യങ്ങളുടെ മാതൃഭാഷാ സമീപനം സഹോദരൻ എടുത്തുപറയുന്നുണ്ട്.

മാതൃഭാഷയും വികസനവും തമ്മിലുള്ള ബന്ധം തിരിച്ചറിഞ്ഞ ഒരു പണ്ഡിതന്റെ ശബ്ദമാണ് സഹോദരന്റെ മാതൃഭാഷാ സമീപനത്തിൽ നാം കേൾക്കുന്നത്. ജീവിതകാലം മുഴുവൻ കീഴാളരുടെ അവകാശങ്ങൾക്കുവേണ്ടി പ്രവർത്തിച്ച സഹോദരൻ അവരുടെ വിമോചനത്തിന്റെ അനിവാര്യ ഘടകങ്ങളിലൊന്ന് മാതൃഭാഷയിൽ ഭരിക്കപ്പെടാനുള്ള അവകാശമാണെന്ന് മനസ്സിലാക്കിയിരുന്നു. അന്യഭാഷകൾ അടിമത്തത്തിലേക്കാണ് നയിക്കുന്നതെങ്കിൽ മാതൃഭാഷ വിമോചനത്തിന്റെ ഭാഷയാണെന്ന് സഹോദരന് അറിയമായിരുന്നു.

മാതൃഭാഷയുടെ ഈ വിമോചനാത്മകതയെ ഏറ്റവും സാർത്ഥകമായി വിനിയോഗിക്കുകയായിരുന്നു തന്റെ കവിതകളിലൂടെയും ലേഖനങ്ങളിലൂടെയും മുഖപ്രസംഗങ്ങളിലൂടെയും സഹോദരൻ അയ്യപ്പൻ.

●

ചിന്തയിലെ തിരമാലകൾ

ഇന്ത്യൻ സമൂഹത്തെ ഗ്രസിച്ച ജാതിബോധത്തെയും അതിനടിസ്ഥാനമായ ബ്രാഹ്മണ വൈദിക സംസ്കാരത്തെയും യുക്തിയുക്തമായി വിശകലനം ചെയ്ത് സാമാന്യജനതയെ ശാസ്ത്രീയ ബോധത്തിലേക്ക് നയിക്കുക എന്ന ദൗത്യം ബോധപൂർവ്വം ഏറ്റെടുത്ത ചിന്തകനായിരുന്നു സഹോദരൻ അയ്യപ്പൻ

ശ്രീനാരായണഗുരുവിന്റെ തത്ത്വചിന്തയെയും സാമൂഹ്യ ദർശനത്തെയുമാണ് സഹോദരൻ തന്റെ വീക്ഷണങ്ങളുടെ അടിത്തറയായി സ്വീകരിച്ചത്. തന്റെ ആദർശത്തെയും കർമ്മത്തെയും സമന്വയിപ്പിച്ചുകൊണ്ട് താൻ ഇടപെട്ട മേഖലകളിലെല്ലാം വ്യക്തിമുദ്ര പതിപ്പിക്കുകയും ആദർശനിഷ്ഠമായ ജീവിതം അവസാനംവരെ തുടരുകയും ചെയ്തു അദ്ദേഹം.

സാമൂഹിക പരിഷ്കരണമെന്ന വിപ്ലവകരമായ പ്രവർത്തനങ്ങൾ നടത്തിക്കൊണ്ടിരിക്കെത്തന്നെ അതിനുള്ള ഇന്ധനമെന്ന നിലയിൽ പത്രം നടത്തുകയും തന്റെ സർഗാത്മക രചനകളിലൂടെ മാറ്റത്തിനായുള്ള ഉദ്ബോധനങ്ങൾ നിർവ്വഹിക്കുകയും അതിനായി മൂർത്തമായ പ്രായോഗിക സാധ്യതകൾ തേടുകയും ചെയ്തു സഹോദരൻ അയ്യപ്പൻ.

'യുക്തി യേന്തി മനുഷ്യന്റെ
ബുദ്ധിശക്തി ഖനിച്ചതിൽ
ലഭിച്ചതല്ലാതില്ലൊന്നും
ലോക വിജ്ഞാന രാശിയിൽ'

എന്നത് സഹോദരന്റെ അടിസ്ഥാന വിശ്വാസമായിരുന്നു. ഈ കാഴ്ചപ്പാടിലാണ് അദ്ദേഹം എല്ലാ വിഷയത്തെയും വിശകലനം ചെയ്തത്. മതം, ഗാന്ധിസം കമ്യൂണിസം, ബുദ്ധിസം തുടങ്ങിയവയെ അദ്ദേഹത്തിന്റെ ശാസ്ത്രീയയുക്തി വിമർശന വിധേയമാക്കി. ശാസ്ത്രത്തെ സഹോദരൻ ആരാധിച്ചിരുന്നു. എന്നാൽ അതൊരു മൗലികവാദമായിരുന്നില്ല.

ജാതി ഭേദവും അന്ധവിശ്വാസവും തകർക്കാൻ യുക്തിസഹമായ ശാസ്ത്രീയചിന്തയിലൂടെ മാത്രമേ കഴിയൂ എന്നദ്ദേഹം വിശ്വസിച്ചിരുന്നു

'കോടി സൂര്യനുദിച്ചാലു-
മൊഴിയാത്തോരു കൂരിരുൾ
തുരന്നു സത്യം കാണിക്കും
സയൻസിന്നു തൊഴുന്നു ഞാൻ.
വെളിച്ചം, മിന്നൽ, ചൂടൊ,ച്ച-
യിവയ്ക്കുള്ളിൽ മറഞ്ഞീടും
അദ്ഭുതങ്ങൾ വെളിക്കാക്കും
സയൻസിന്നു തൊഴുന്നു ഞാൻ'

എന്നിങ്ങനെ ആധുനിക ശാസ്ത്രം നൽകുന്ന പുതുവെളിച്ചത്തെ സ്വാഗതം ചെയ്യുന്നതോടൊപ്പം അന്ധവിശ്വാസത്തിന്റെ അയുക്തികതയെ ചോദ്യം ചെയ്യുകയാണ് അയ്യപ്പൻ. പ്രകൃതി പ്രതിഭാസങ്ങൾക്കു പിന്നിൽ മറഞ്ഞിരിക്കുന്നത് ദൈവികശക്തിയല്ലെന്ന വിമർശനവും പരിഹാസവും 'സയൻസ് ദശക'ത്തിൽ നിന്ന് വായിച്ചെടുക്കാം. 'ദൈവദശക'ത്തിന് ഒരു പാഠഭേദം കൂടിയാണ് അദ്ദേഹം രചിക്കുന്നത്. ശാസ്ത്രം നൽകുന്ന ആത്മബലത്തിന്റെ വെളിച്ചത്തിലാണ് കൊടുങ്ങല്ലൂർ ഭരണിയെ അദ്ദേഹം എതിർക്കുന്നത്. തെറിപ്പാട്ട്, ജന്തുബലി, മദ്യപാനം തുടങ്ങിയ ജീർണതകൾ നിറഞ്ഞ കൊടുങ്ങല്ലൂർ ഭരണി മനുഷ്യമനസ്സിലെ തമോഗുണത്തിന്റെ ആവിഷ്കാരമാണെന്ന് അദ്ദേഹം കരുതി.

'ഭരണിക്കു പോകല്ലേ സോദരരേ
ഭരണിക്കു പോകല്ലേ സോദരരേ
കനിവറ്റു ജീവിയെ കൊന്നിടുന്ന
മതിവിട്ടു മദ്യം കുടിച്ചീടുന്ന
തെറിപാടി ലോകം കെടുത്തിടുന്ന
നരകത്തിൽ വാതിൽ ഭരണിയോർക്കിൽ!'

എന്ന സ്വന്തം കവിത ആലപിച്ചുകൊണ്ട് സഹോദരനും സംഘവും കൊടുങ്ങല്ലൂർ ഭരണി ദിനത്തിൽ ജാഥനയിക്കാൻ തയ്യാറായി. ആൽത്തറയിൽ കയറിനിന്ന് ഭരണിക്കെതിരെ പ്രസംഗിക്കുകയും ചെയ്തു അദ്ദേഹം. അസഭ്യവർഷവും കല്ലേറും മർദ്ദനവുമായിരുന്നു ഫലം. പളനിയാത്രയ്ക്കെതിരെയും അദ്ദേഹം പ്രതികരിച്ചു.

'എവിടെയും ചെന്നിതു ചൊല്ലിടുവിൻ
പളനിക്കു പോക്ക് തടഞ്ഞിടുവിൻ
ജനതയ്ക്കതുമൂലമുള്ള ഹാനി
വെളിവായ് പറഞ്ഞു കൊടുത്തീടുവിൻ.'

എന്നിങ്ങനെ പളനിയാത്രയെ വിമർശിച്ചുകൊണ്ട് അദ്ദേഹം പദ്യരചന നടത്തിയിരുന്നു.

നിശിതമായ വിമർശനങ്ങളിലൂടെയും ചോദ്യം ചെയ്യലിലൂടെയും മാത്രമേ ജനതയുടെ ഹൃദയത്തെ ഇരുട്ടിലാഴ്ത്തിയ ജാതി, മത,ദൈവ വിശ്വാസങ്ങളെ തകർക്കാൻ കഴിയൂ എന്ന് സഹോദരൻ മനസ്സിലാക്കി.

ജാതി മത വിമുക്തമായ ഒരു സ്വാതന്ത്ര്യലോകമായിരുന്നു അയ്യപ്പന്റെ സ്വപ്നം. നാടിന്റെയും മനുഷ്യന്റെയും പുരോഗതിയുമായി ബന്ധപ്പെട്ടതാണ് ഈ സ്വാതന്ത്ര്യസങ്കല്പം. എല്ലാതരത്തിലുമുള്ള മനുഷ്യ സ്വാതന്ത്ര്യത്തെ ഹനിക്കുന്നതാണ് മതം എന്ന് അദ്ദേഹം കരുതി.

'ജാതിവേണ്ട മതംവേണ്ട
ദൈവം വേണ്ട മനുഷ്യന്
വേണം ധർമ്മം വേണം ധർമ്മം
വേണം ധർമ്മം യഥോചിതം'

എന്നീ വാക്കുകൾ അക്കാലത്ത് ഉച്ചരിക്കണമെങ്കിൽ അസാമാന്യമായ ധീരത ആവശ്യമായിരുന്നു. 'ഒരു ജാതി ഒരു മതം ഒരു ദൈവം' എന്ന ഗുരുവിന്റെ അദ്വൈത ദർശനത്തെ തന്റെ നിരീശ്വരവാദ സങ്കല്പവുമായി ഇഴ ചേർത്തുകൊണ്ട് പരിഷ്കരിക്കുകയായിരുന്നു സഹോദരൻ. ധർമത്തെക്കുറിച്ചുള്ള സങ്കല്പം ബുദ്ധദർശനത്തിൽ നിന്നായിരിക്കാം അദ്ദേഹം സ്വീകരിച്ചത്.

'എനിക്കെല്ലാറ്റിലും മൈത്രി
എനിക്കെല്ലാവരും സമം
എനിക്കെങ്ങും സ്വതന്ത്രത്വം
ബുദ്ധ മാർഗ്ഗാനുസാരി ഞാൻ'

എന്ന് സഹോദരൻ എഴുതിയിട്ടുണ്ട്. തന്റെ സമത്വബോധത്തിന്റെയും സ്വാതന്ത്ര്യസങ്കല്പത്തിന്റെയും സാക്ഷാൽക്കാരമാണ് അദ്ദേഹം ബുദ്ധമാർഗത്തിൽ കണ്ടെത്തുന്നത്. 'ബുദ്ധമതം' എന്നല്ല, 'ബുദ്ധമാർഗ്ഗം' എന്നാണ് സഹോദരൻ പ്രയോഗിക്കുന്നത് എന്ന കാര്യം ശ്രദ്ധിക്കേണ്ടതാണ്.

ഹൈന്ദവ ദൈവങ്ങളെ അദ്ദേഹം അതികഠിനമായി വിമർശിക്കുന്നുണ്ട്. പരിഹാസത്തിന്റെ ഭാഷയാണ് ഉടനീളം ഉപയോഗിക്കുന്നത്. 'ഹിന്ദുമതത്തിലെ ദേവതകളുടെ സെൻസസ് എടുക്കുന്നത് രസകരമാണ്. ആകെ സംഖ്യ മുപ്പത്തുമുക്കോടി ചില്വാനം. അതിൽ ഈശ്വരന്മാരും ഈശ്വരിമാരും ഒന്നാന്തരം, ദേവന്മാരും ദേവിമാരും രണ്ടാം തരം. ഇവർക്കും താഴെ, മനുഷ്യരുടെ മേലായി നാവരിക്കപ്രമാണത്തിൽ ചില തരക്കാരുണ്ട്. ഒന്നാം ക്ലാസ്സുകാരെ മാത്രമേ പ്രത്യേകം വിവരിക്കുന്നുള്ളൂ. ഒരു ദേവനും മരണമില്ല. എന്നാൽ ചില ദേവന്മാർക്ക് ജനനമുണ്ട്.... ഒരാൾ

പെണ്ണില്ലാഞ്ഞിട്ട് മകളെത്തന്നെ വിവാഹം കഴിച്ചു. അദ്ദേഹത്തിന്റെ ഫിറ്റൻവണ്ടി വലിക്കുന്നത് താറാവാണ്. ഇദ്ദേഹം ആദ്യം പഞ്ചാനനനായിരുന്നു. ഒരു കള്ളം പറഞ്ഞതു കൊണ്ട് ഒരു തല അയൽ വീട്ടുകാർ നുള്ളിക്കളഞ്ഞു...' ഇങ്ങനെ ഹിന്ദുദേവതാസങ്കല്പത്തിന്റെ അസംബന്ധ സ്വഭാവത്തെ വിമർശിക്കുവാൻ സഹോദരൻ മടികാണിക്കുന്നില്ല.

ഹിന്ദുമതം എക്കാലത്തും അദ്ദേഹത്തിന്റെ വിമർശനവിഷയമായിരുന്നു.

'ബ്രാഹ്മണോപജ്ഞമാം കെട്ടമതം
സേവിപ്പവരെ ചവിട്ടും മതം
നമ്മളെ തമ്മിലകറ്റും മതം
നമ്മൾ വെടിയണം നമ്മവരാൻ'

എന്ന കാര്യത്തിൽ സഹോദരന് സംശയമേയില്ലായിരുന്നു. 'ഹിന്ദുമതം ജാതിമതമാണ്. മുയൽക്കൊമ്പ് കിട്ടിയേക്കാം. ആനമുട്ടകിട്ടിയേക്കാം. ആകാശക്കുരുന്ന് കിട്ടിയേക്കാം. വൈക്കോൽത്തുറുവിന്റെ വേരും കിട്ടിയേക്കാം. എന്നാലും ജാതിയില്ലാത്ത ഹിന്ദുവിനെ കാണുകയില്ല' എന്ന് സഹോദരൻ എഴുതുന്നുണ്ട്. ഹിന്ദുമതം നാമാശേഷമാകുന്നതുവരെ ഇന്ത്യക്കരയേണ്ടിവരും എന്നാണ് അദ്ദേഹം അഭിപ്രായപ്പെട്ടത്. ഹിന്ദുമതത്തിന്റെ പ്രത്യയശാസ്ത്രം ജാതിഘടനയിൽ അധിഷ്ഠിതമാണെന്ന അംബേദ്കറുടെ ചിന്തകൾതന്നെയാണ് സഹോദരൻ അയ്യപ്പനും പങ്കുവെയ്ക്കുന്നത്.

ഹിന്ദുമതത്തെക്കുറിച്ച് ആഴത്തിലുള്ള അറിവ് അയ്യപ്പനുണ്ടായിരുന്നു. പ്രാചീനകാലത്തെ മതത്തെക്കുറിച്ച് അദ്ദേഹം അന്വേഷണം നടത്തിയിരുന്നു. 'ബുദ്ധമതം പ്രചരിച്ച കാലത്തൊഴിച്ച് ഒരവസരത്തിലും ഹിന്ദുക്കൾക്ക് മനുഷ്യരുടെ അഭിവൃദ്ധിക്ക് സഹായിക്കുന്ന ഒരു മതം ഉണ്ടായിരുന്നതായി കാണുകയില്ല. അതുകൊണ്ട് ഹിന്ദുമതം അധഃപതിച്ചു എന്നല്ല അതിനിയും ഉയർന്നിട്ടില്ലെന്നാണ് കരുതേണ്ടത്.' എന്ന് സഹോദരൻ എഴുതുന്നു.

ബുദ്ധമാർഗത്തിന്റെ നന്മകളെ പ്രകീർത്തിക്കുക മാത്രമല്ല, മിതവാദി സി.കൃഷ്ണൻ ചെയ്തതുപോലെ സഹോദരൻ അയ്യപ്പനും ബുദ്ധമതം സ്വീകരിക്കുകയുണ്ടായി. ഇതു പക്ഷേ, ഒരു മതത്തിന്റെ ചട്ടക്കൂടിനകത്ത് ഒതുങ്ങാൻ വേണ്ടിയായിരുന്നില്ല. ഹിന്ദുമതത്തിനകത്തെ ജീർണതകളോടുള്ള പ്രതിഷേധ സൂചകമായിട്ടായിരുന്നു ഈ ബുദ്ധമതാശ്ലേഷം.

ഹൈന്ദവം എന്ന പേരിൽ വരേണ്യ സവർണ വിഭാഗം സംരക്ഷിച്ചു നിർത്തുന്ന സ്മൃതികേന്ദ്രിതമായതും അതോടൊപ്പം ജനവിരുദ്ധവുമായ ജാത്യാചാരങ്ങൾ ഹിന്ദുമതം നശിക്കുന്നതിലൂടെ മാത്രമേ തകരുകയുള്ളൂ എന്ന് സഹോദരൻ ഉറച്ചുവിശ്വസിച്ചു. അദ്ദേഹം എഴുതുന്നു:

“വിശ്വാസ സ്വാതന്ത്ര്യവും അതുവഴി വിചാര സ്വാതന്ത്ര്യവും തടഞ്ഞാൽ മതം കെട്ടിനിന്ന് നാറും. അങ്ങനെ കെട്ടിനിന്ന ദുഷിച്ചുണ്ടായ നാറ്റം ഇപ്പോൾ ഏറെക്കുറെ എല്ലാ മതങ്ങൾക്കുമുണ്ട്. ഹിന്ദുക്കളെയും ഇന്ത്യക്കാരെയും ദുർബലപ്പെടുത്തിയ ജാതി ഹിന്ദുക്കൾ നശിപ്പിക്കണം. ജാതി നശിപ്പിച്ചാലെ ഹിന്ദുക്കളിൽ പിന്നോക്കമായും മർദ്ദിക്കപ്പെട്ടും കിടക്കുന്ന ഭൂരിപക്ഷം സമുദായങ്ങൾക്ക്, ബഹുഭൂരിപക്ഷം ഹിന്ദുക്കൾക്ക് വാസ്തവത്തിൽ ജീവനും ശക്തിയും വരികയുള്ളൂ” ജാതിമർദ്ദനത്തിനിരകളായ ഭൂരിപക്ഷത്തിനൊപ്പമായിരുന്നു സഹോദരൻ. അതിനാലാണ് ക്ഷേത്രപ്രവേശനസമരത്തെ ശക്തമായ വിമോചനായുധമായി അദ്ദേഹം കണ്ടത്. അധഃസ്ഥിതന്റെ വിശ്വാസ സ്വാതന്ത്ര്യത്തിനും സഞ്ചാര സ്വാതന്ത്ര്യത്തിനും വേണ്ടി അദ്ദേഹം വാദിച്ചു. വൈക്കം സത്യാഗ്രഹത്തിൽ സഹോദരൻ നിർണായകമായ പങ്കുവഹിക്കുകയും ചെയ്തു.

ഹിന്ദുത്വവാദികൾ എല്ലാകാലത്തും പറഞ്ഞു പോന്നിരുന്ന ‘അദ്ധ്യാത്മികപാരമ്പര്യ’ ത്തെയും ‘ആർഷഭാരതസംസ്കാര’ത്തെയും സഹോദരൻ യുക്തിയുക്തമായി വിമർശിച്ചിരുന്നു. അക്കാലത്ത് ഹിന്ദുമഹാസഭക്കാരും ഹിന്ദുമഹാമണ്ഡലക്കാരും ഏറ്റവും കൂടുതൽ വിമർശനങ്ങൾ നേരിട്ടത് അയ്യപ്പനിൽ നിന്നായിരുന്നു. അദ്ദേഹം എഴുതുന്നതു കാണുക: “(ഹിന്ദു സംസ്കാരം) എന്ന് പ്രത്യേകം ലേബലൊട്ടിച്ച ഒരു സംസ്കാരമല്ല, പൊതുവായ സംസ്കാരമാണ്. സുഖവും ശോഭയും വളർച്ചയും ഉള്ളവരാകാൻ ആഗ്രഹിക്കുന്നവർ എടുക്കേണ്ടത്. സംസ്കാരത്തിനുവേണ്ടി മോഹൻജോദാരോ വരെ പിന്നോക്കം നോക്കുന്നവർക്കു അതിനുവേണ്ടി ഏകാന്ത ദീപ്തമായ ഈ കാലത്ത് നമ്മുടെ ചുറ്റും ലോകമാസകലം ഒന്നു നോക്കാൻ തോന്നാത്തത് വിചിത്രമെന്നേ പറയാനുള്ളൂ. നമ്മുടെ സംസ്കാരം മോഹൻജദാരോ തുടങ്ങി കലർപ്പില്ലാതെ പോന്ന ദ്രാവിഡ ആര്യ സംസ്കാരമല്ല. അതിൽ ഹൂണന്റെയും ശകന്റെയും സിതിയന്റെയും യവനന്റെയും മംഗോളിയന്റെയും സംസ്കാരങ്ങളും പിന്നീട് മുസ്ലീമിന്റെയും അതിനുശേഷം ലന്തയുടെയും പറങ്കിയുടെയും അവസാനമായും പരമമായും ഇംഗ്ലീഷിന്റെയുമൊക്കെ സംസ്കാരങ്ങളുമൊക്കെ കലർന്നിട്ടുണ്ട്.”

ഇങ്ങനെ, ഹിന്ദുത്വവാദികളുടെ ഏകശിലാത്മകമായ സാംസ്കാരിക ദേശീയതയെ ബഹുസംസ്കാരത്തിന്റെയും മതേതര ബോധത്തിന്റെയും ബഹുസ്വരതയെ ഉയർത്തിക്കാണിച്ച പ്രതിരോധിക്കാൻ സഹോദരൻ അസാമാന്യപാടവം കാണിച്ചിരുന്നു. ചരിത്ര ബോധത്തെ നവീകരിക്കാൻ ശ്രമിച്ചുകൊണ്ടിരുന്ന ഒരു പണ്ഡിതനായ ഗവേഷകന്റെ സ്വരം അദ്ദേഹത്തിന്റെ വാക്കുകളിൽ എന്നുമുണ്ടായിരുന്നു.

ഗാന്ധിജിയെ ബഹുമാനിക്കുമ്പോൾത്തന്നെ വർണാശ്രമങ്ങളിലുള്ള അദ്ദേഹത്തിന്റെ വിശ്വാസത്തെ സഹോദരൻ വിമർശിച്ചിരുന്നു. തന്റെ മതവിമർശനത്തിന്റെ ഭാഗംതന്നെയായിരുന്നു ഗാന്ധി വിമർശനവും.

1924-ൽ വൈക്കം സത്യാഗ്രഹ വേളയിൽ സഹോദരൻ ഗാന്ധിജിയെ കാണുകയുണ്ടായി. അയിത്തത്തിനും വർണാശ്രമവ്യവസ്ഥയ്ക്കുമെതിരെയുള്ള തന്റെ നിലപാട് സഹോദരൻ ഗാന്ധിജിയെ അറിയിച്ചു. ഗാന്ധിജി അയിത്തത്തിനെതിരെ എറണാകുളത്തുവെച്ച് പ്രസംഗിക്കുവാൻ ഇടയായത് സഹോദരന്റെ ഈ സന്ദർശനം മൂലമാണെന്ന് എം.കെ. സാനു എഴുതുന്നുണ്ട്.

ഒരിക്കൽ കന്യാകുമാരിയിലെ ക്ഷേത്രത്തിൽ ഗാന്ധിജിയ്ക്ക് പ്രവേശനം നൽകുവാൻ ബ്രാഹ്മണ പൗരോഹിത്യം തയ്യാറാകാതെ വന്നപ്പോൾ അതിനുവഴങ്ങിക്കൊടുത്ത ഗാന്ധിജിയെ രൂക്ഷമായ ഭാഷയിലാണ് സഹോദരൻ വിമർശിച്ചത്.

'ഭ്രമിതൻ വലയത്തെ ഗർജ്ജനമാത്രം കൊണ്ടു
ഭീതമായ് നിറുത്തിട്ട മാംഗല സിംഹത്തിനെ
കൂസാതെ കുഞ്ചിരോമം പിടിച്ചു കുലുക്കിയൊ
ന്നാകുലപ്പെടുത്തിയ വീരനാം ഗാന്ധിക്കുടി
നായിലും നാണം കെട്ടു വാലാട്ടി, ചവിട്ടുന്ന
ബ്രാഹ്മണ പദം നക്കുന്നാഹദ! നയനീയം!'

മതാചാരങ്ങളെ മാത്രമല്ല, സർവാരാധ്യനായ ഒരു നേതാവിനെപ്പോലും തന്റെ മൂർച്ചയേറിയ വാക്കുകൾകൊണ്ട് വിമർശിക്കുവാൻ സഹോദരന് ഒരു മടിയുമുണ്ടായില്ല.

1934-ൽ കേരളം സന്ദർശിച്ച ഗാന്ധിജിക്ക് സമർപ്പിച്ച മംഗളപത്രത്തിൽ 'അയിത്തോച്ചാടനം ഹിന്ദുമതം ശുദ്ധീകരിക്കാനുള്ള ഒരു മാർഗ്ഗമായി നടത്തിക്കൊണ്ടു പോകുന്ന അങ്ങയുടെ നയത്തോട് ഞങ്ങൾ യോജിക്കുന്നില്ല' എന്ന വെട്ടിത്തുറന്ന് പറയാനുള്ള ധീരത അയ്യപ്പനുണ്ടായിരുന്നു. ഹിന്ദുമതം ശുദ്ധീകരിക്കാനുള്ള അങ്ങയുടെ പ്രസ്ഥാനത്തിൽ ഞങ്ങൾക്കാശ്വാസമല്ല, ഭയമാണുണ്ടാകുന്നത്' എന്നു. 'അങ്ങേയ്ക്ക് വളരെ പ്രിയമായ വർണാശ്രമവും ജാതിവ്യത്യാസവും നിലനിൽക്കുന്നിടത്തോളം കാലം ഒരു ഹിന്ദുസമുദായമായി ഉറയ്ക്കുന്ന അധഃകൃതർക്ക് ഹിന്ദുക്കളുടെ ഇടയിൽ ആഗ്രഹിക്കത്തക്ക ഒരു നിലയും ധർമ്മവും ഒരിക്കലും കിട്ടുകയില്ല' എന്നും അദ്ദേഹം മംഗളപത്രത്തിൽ തുടർന്നെഴുതുന്നു. ഇന്ത്യയിൽ ഹിന്ദുമതമെന്നത് അനേകം ജാതികളുടെ സമാഹാരമാണ് എന്നും ജാതി മത പരിഷ്കാരമല്ല, തിരസ്കാരമാണ് അനിവാര്യമായിട്ടുള്ളതെന്നും അയ്യപ്പന് ഉറച്ച ബോധ്യമുണ്ടായിരുന്നു. ഇതിന്റെ പശ്ചാത്തലത്തിലാണ് ഈ വിമർശനങ്ങളെ കാണേണ്ടത്.

ബ്രഹ്മജ്ഞാനികളുടെ മക്കൾ മാത്രം ബ്രഹ്മജ്ഞാനികളാകാൻ ശ്രമിക്കുകയും വിറകുവെട്ടിയുടെ മക്കൾ വിറകുവെട്ടികളായിത്തന്നെ കഴിയുകയും ചെയ്യണമെന്ന് ശഠിക്കുന്ന വർണാശ്രമധർമത്തിലധിഷ്ഠിതമായ ജാതിഹിന്ദുത്വത്തെ വിമർശിക്കുകയാണ് തന്റെ ജീവിതത്തിലുടനീളം സഹോദരൻ ചെയ്തത്.

അധഃകൃതർക്ക് പ്രത്യേക മണ്ഡലം സംവരണം ചെയ്യുന്നതിനെതിരായി ഗാന്ധിജി മരണം വരെ ഉപവസിക്കാൻ തീരുമാനിച്ചതിനെ അതിനിശിതമായാണ് സഹോദരൻ വിമർശിക്കുന്നത്. “അധഃകൃതരെ സംബന്ധിച്ചുള്ള ഗവൺമെന്റിന്റെ സമുദായ തർക്ക തീരുമാനം ഏറ്റവും ന്യായമായിട്ടുള്ളതും അധഃകൃതർക്ക് ഏറ്റവും ഗുണകരമായിട്ടുള്ളതുമാണ്. അതിനെ ഗാന്ധി എതിർക്കുന്നത് അവർക്ക് പ്രാതിനിധ്യം കിട്ടരുതെന്നു കരുതിയോ ജാതിഹിന്ദുക്കൾക്ക് അവരെ സ്വാധീനത്തിൽ വെച്ചുകൊണ്ടിരിക്കാനുള്ള സൗകര്യം പോയ് പോകരുതെന്നു കരുതിയോ മാത്രമാണ്... പ്രത്യേക പ്രാതിനിധ്യം എല്ലാവരെക്കാളും ആവശ്യമുള്ള അധഃകൃതർക്ക് അതു പ്രത്യേകിച്ച് പാടില്ലെന്നു പറയുന്നത് മഹാദ്രോഹമാകുന്നു. എല്ലാവർക്കും അവരവരുടെ കാര്യം നിശ്ചയിക്കാൻ അധികാരം വേണമെന്നാണ് ഇപ്പോഴത്തെ രാജ്യതന്ത്രത്തിന്റെ ഒരു തത്ത്വം. ഇന്ത്യക്കാർ ബ്രിട്ടീഷുകാരോടു പറയുന്നതും അതാണ്. ആ ഇന്ത്യക്കാരുടെ ആ വാദത്തിന്റെ നായകത്വം വഹിക്കുന്നു എന്നു പറയുന്ന ഗാന്ധി അധഃകൃതർക്കു സ്വനിശ്ചയാധികാരം കൊടുക്കാത്തതും കഠിനതയല്ലാതെ മറ്റൊന്നുമല്ല”

സാമൂഹിക നീതിയെക്കുറിച്ചുള്ള കീഴാള പക്ഷകാഴ്ചപ്പാടാണ് സഹോദരന്റെ വാക്കുകളിൽ സ്പന്ദിക്കുന്നത്. അങ്ങേയറ്റത്തെ സ്വാതന്ത്ര്യബോധവും ജനാധിപത്യബോധവും മാനവികതയും ഹൃദയത്തിൽ സൂക്ഷിക്കുന്ന ഒരു സാമൂഹ്യചിന്തകന്റെ വാക്കുകളാണിത്. നൂറ്റാണ്ടുകളായി ചങ്ങലകളിൽ കിടന്നിരുന്ന ജാതി അടിമകളുടെ വിമോചനത്തെക്കുറിച്ച് ജാഗ്രത പാലിക്കുന്ന ഒരു പരിഷ്കർത്താവിന്റെ വിട്ടുവീഴ്ചയില്ലാത്ത നിലപാടുകളിൽ ഉറച്ചു നിന്നുകൊണ്ടാണ് ഗാന്ധിജിയുടെ പരിവേഷം വലിച്ചു കീറാൻ സഹോദരൻ തയ്യാറാകുന്നത്. വാക്കുകളിലും പ്രവൃത്തിയിലും നിഴലിച്ചിരുന്ന ധാർമ്മികത മാത്രമായിരുന്നു സഹോദരന്റെ മാനദണ്ഡം.

കേരളനവോത്ഥാനത്തിന്റെ വേരുകൾ സമത്വം എന്ന ആശയവുമായാണ് ബന്ധപ്പെട്ടിരിക്കുന്നത്. മനുഷ്യൻ മനുഷ്യനെ മാറ്റി നിർത്തുന്ന എല്ലാതരം വിവേചനങ്ങളും നവോത്ഥാന കാലത്ത് ചോദ്യം ചെയ്യപ്പെട്ടിട്ടുണ്ട്.

സമത്വത്തെക്കുറിച്ച് ത്രസിപ്പിക്കുന്ന ചിന്തകൾ അവതരിപ്പിക്കുന്നു എന്നതുകൊണ്ടു കൂടിയാണ് സോഷ്യലിസത്തെയും കമ്യൂണിസത്തെയും

സഹോദരൻ ഇഷ്ടപ്പെട്ടത്. സോഷ്യലിസത്തെക്കുറിച്ചുള്ള ഗാന്ധിയുടെ നിരീക്ഷണങ്ങളെ തള്ളിക്കളഞ്ഞുകൊണ്ട് യഥാർത്ഥ സോഷ്യലിസം എന്താണെന്ന് സഹോദരൻ പറയുന്നുണ്ട്. "ഓരോ വർണവും അതാതിന്റെ ജോലിചെയ്ത് കിട്ടുന്നതിന്റെ ആദായം കൊണ്ട് നിത്യവൃത്തി കഴിച്ച് ബാക്കിയുള്ളത് അന്യർക്കുവേണ്ടി സ്വമനസ്സാലെ വിട്ടു കൊടുക്കുന്നതും വർണാശ്രമധർമത്തിന്റെ ലക്ഷണമായി മിസ്റ്റർ ഗാന്ധി പറയുന്നുണ്ട്. ഈ നിലയിലാണത്രേ വർണാശ്രമം സോഷ്യലിസമാകുന്നത്. ഈ വ്യഖ്യാനം വർണാശ്രമത്തോടും സോഷ്യലിസത്തോടും ചെയ്യുന്ന മഹാപരാധമാണ്. സോഷ്യലിസം മനുഷ്യരെല്ലാം നിസ്വാർത്ഥികളായി അന്യന്മാർക്കുവേണ്ടി ജോലിചെയ്യുന്ന ഒരു സ്ഥിതി സംഭവ്യമെന്നു വെയ്ക്കുന്ന ഏർപ്പാടല്ല. ജനങ്ങൾക്ക് ആവശ്യമുള്ള വിഭവങ്ങൾ ഉണ്ടാകുന്നതിനുള്ള മാർഗ്ഗങ്ങൾ പൊതുവകയാക്കി എല്ലാവർക്കും ജീവിത സൗകര്യം സുലഭമാക്കിത്തീർക്കുന്നതാണ് സോഷ്യലിസത്തിന്റെ പ്രധാനതത്ത്വം. ഉഴവുകാരന്റെ മക്കൾമാത്രം ഉഴവുകാർ എന്ന നിർദ്ദയമായ നിയമവും സോഷ്യലിസത്തിനില്ല. നേരെ മറിച്ച് എല്ലാവരുടെയും നല്ല ഏതു കഴിവുകളെയും ആവിഷ്കരിക്കുവാനു ള്ള അവസരം എല്ലാവർക്കും ഉണ്ടാക്കിത്തീർക്കാനാണ് സോഷ്യലിസം ഉദ്ദേശിക്കുന്നത്. വർണാശ്രമധർമത്തോട് സോഷ്യലിസത്തെ ഉപമിക്കുന്നതുപോലെയുള്ള ഒരു ആക്ഷേപം സോഷ്യലിസത്തെപ്പറ്റി വേറെ ചെയ്യാനില്ല.''

റഷ്യൻ വിപ്ലവത്തെക്കുറിച്ചും അതിന്റെ നായകനായ ലെനിനെക്കുറിച്ചും കമ്യൂണിസത്തിന്റെ അടിസ്ഥാന തത്ത്വങ്ങളെക്കുറിച്ചും സഹോദരൻ എഴുതുകയും പ്രസംഗിക്കുകയും ചെയ്തു. മനുഷ്യമോചനത്തിനായുള്ള ഒരു പ്രത്യയശാസ്ത്രമെന്നനിലയിൽ കമ്യൂണിസത്തെ ഹൃദയംകൊണ്ട് അംഗീകരിക്കുവാൻ സഹോദരനു കഴിഞ്ഞു. 'സഖാക്കളേ' എന്ന അഭിസംബോധന ആദ്യമായി ഉപയോഗിച്ച് തൊഴിലാളികളോട് കമ്യൂണിസത്തെക്കുറിച്ച് സംസാരിച്ചത് സഹോദരനായിരുന്നു. നിരവധി തൊഴിലാളി സംഘടനകൾ അയ്യപ്പന്റെ നേതൃത്വത്തിൽ രൂപം കൊള്ളുകയുണ്ടായി.

ആദി വൈപ്പിൽ തൊഴിലാളി സംഘം, ഓച്ചൻ തുരുത്ത് തൊഴിലാളി യൂനിയൻ, തിരുവിതാംകൂർ ലേബർ അസോസിയേഷൻ, കൊച്ചി ലേബർ യൂനിയൻ തുടങ്ങിയവ സഹോദരന്റെ നേതൃത്വത്തിൽ ഉയർന്നുവന്ന തൊഴിലാളി സംഘടനകളാണ്. തൊഴിലാളികൾക്ക് മിനിമം കൂലി എന്ന ആവശ്യവും ജോലിസമയത്തെക്കുറിച്ചുള്ള ആവശ്യവുമെല്ലാം ആദ്യമായി ഉയർത്തിക്കൊണ്ടുവന്നതും സഹോദരനാണ്. എസ്.എൻ.ഡി.പി. എന്ന സംഘടനയെയും അധഃസ്ഥിതരുടെ വിശാല ബഹുജനപ്രസ്ഥാനമാക്കി അദ്ദേഹം പരിവർത്തിപ്പിച്ചു. കേരള രാഷ്ട്രീയത്തിൽ ഏറെ കോളിളക്കം സൃഷ്ടിച്ച നിവർത്തനപ്രക്ഷോഭത്തിന്റെ മുന്നണിയിൽ എസ്.എൻ.ഡി.പിയെ പ്രതിഷ്ഠിച്ചത് സഹോദരന്റെ പ്രവർത്തനങ്ങളായിരുന്നു.

അവകാശബോധമുള്ള ഒരു തലമുറയുടെ ജനനം സഹോദരൻ സ്വപ്നം കണ്ടു. ലോകത്തിന്റെ നാനാഭാഗത്തുനിന്നും ഉയർന്നുവന്നിരുന്ന പുതുചിന്തകൾ സ്വാംശീകരിക്കുവാൻ അദ്ദേഹം തിടുക്കം കാണിച്ചു. കീടങ്ങളെപ്പോലെ കഴിഞ്ഞിരുന്ന തിരസ്കൃത ജനതയുടെ വിമോചനം മാത്രമായിരുന്നില്ല. അധികാരാരോഹണവും അദ്ദേഹത്തിന്റെ സ്വപ്നമായിരുന്നു.

●

മുൾക്കസേരയിലെ പൂവുകൾ

നിയമനിർമാണസഭകൾ സാമൂഹികമാറ്റത്തിന്റെ അവസാനവാക്കല്ല, ജനോപകാരപ്രദം എന്നപോലെ ജനവിരുദ്ധവുമായ ഒട്ടേറെ നിയമങ്ങൾ നിയമസഭകളിൽ രൂപം കൊണ്ടിട്ടുണ്ട്. രാജാധികാരവും ജന്മിനാട്ടുവാഴി വാഴ്ചയും സാമൂഹിക ജീവിതത്തെ നിർണയിച്ചതിൽ നിന്നും വ്യത്യസ്തമായി പരിമിതാധികാരങ്ങളുണ്ടായിരുന്ന ആദ്യകാല നിയമനിർമാണസഭകൾക്ക് ചുരുക്കം ചില മാറ്റങ്ങൾക്ക് വിത്തുപാകാൻ കഴിഞ്ഞിട്ടുണ്ട്.

അധികാരം എല്ലാ കാലത്തും സമൂഹത്തിലെ ഉന്നത ശ്രേണിയിലുള്ളവരുടെ കുത്തകയായിരുന്നു. സമ്പത്തും വിദ്യാഭ്യാസവും ജാതിമേൽക്കോയ്മയുമുള്ളവർ അധികാരകേന്ദ്രങ്ങൾ നിയന്ത്രിക്കുകയും നിയമങ്ങൾ നിർമ്മിക്കുകയും ചെയ്തു. അവർ ഔദാര്യപൂർവ്വം വെച്ചുനീട്ടുന്ന അപ്പക്കഷ്ണങ്ങളായിരുന്നു അധഃസ്ഥിതവർഗത്തിന്റെ ജീവിത സൗകര്യങ്ങൾ. ഉപരിവർഗതാല്പര്യങ്ങളുടെയും ആണധികാരത്തിന്റെയും ദലിത് വിരുദ്ധതയുടെയും അഭിരുചി നിർമാണശാലകളായിരുന്നു നമ്മുടെ നിയമനിർമാണ സഭകൾ.

ഇത്തരത്തിലുള്ള അധികാര കേന്ദ്രങ്ങളെ കീഴാള-സ്ത്രീ പക്ഷത്തുനിന്നുകൊണ്ട് എങ്ങനെ വിപ്ലവകരമായി പരിവർത്തിപ്പിക്കാമെന്നും നിയമസഭകളെ എങ്ങനെ പോരാട്ടത്തിന്റെ വേദിയാക്കാമെന്നും ആദ്യമായി കേരളീയരെ ബോധ്യപ്പെടുത്തിയ നിയമസഭാംഗമായിരുന്നു സഹോദരൻ അയ്യപ്പൻ.

തന്റെ സാമൂഹ്യപ്രവർത്തനത്തെ ശക്തമായി തുടർന്നുകൊണ്ടുപോകാനുള്ള ഒരു വേദിയായാണ് അദ്ദേഹം നിയമസഭയെ കണ്ടത്. 1928 മുതൽ 1951 വരെ 23 വർഷം അദ്ദേഹം കൊച്ചി, തിരുകൊച്ചി നിയമസഭകളിൽ അംഗമായിരുന്നു. അംഗമെന്ന നിലയിലും മന്ത്രിയെന്ന നിലയിലും സ്വാതന്ത്ര്യപൂർവ്വ കേരളത്തിന്റെ സാമൂഹ്യഘടനയിൽ കാതലായ പരിവർത്തനം വരുത്താൻ അദ്ദേഹം തന്റെ അധികാരം ഉപയോഗിച്ചു. നിയമസഭയിലെ അദ്ദേഹത്തിന്റെ പ്രസംഗങ്ങൾ

കേരളീയ പൊതുബോധത്തിന്റെ മുഖത്തേറ്റ പ്രഹരങ്ങളായി. അദ്ദേഹം അവതരിപ്പിച്ച ബില്ലുകൾ നിസ്വവർഗ്ഗത്തെ ഇരുട്ടിൽ നിന്നു കൈപിടിച്ചുയർത്തി. ഉന്നതമായ ജനാധിപത്യബോധത്തിന്റെയും ആത്മാർത്ഥമായ ജനപക്ഷ ഇടപെടലിന്റെ യും സാർത്ഥകനിമിഷങ്ങളായിരുന്നു ആ നിയമസഭാസമാജികന്റേത്.

രാഷ്ട്രീയാധികാരം കൈവരിക്കുക എന്നത് വിമോചനത്തിലേക്കുള്ള പ്രാഥമിക മാർഗ്ഗമാണ് എന്ന് അയ്യപ്പൻ കരുതിയിരുന്നു. അതുകൊണ്ടാണ്.

'ഭരണശക്തികയ്യിലുള്ള ജനതകൾക്കുകീഴമർ-
ന്നപരരൊക്കെയവശരായി നിന്നിടുന്നു ദീനരായ്
ഭരണശക്തി തന്നിലുള്ള പങ്കുനമ്മൾ നേടണം
അതിനുനമ്മളൊത്തുചേർന്നു പൊരുതിടേണം സഹജരേ'

എന്ന് 'സമുദായഗാന'ത്തിൽ സഹോദരൻ പാടിയത്. ഭരണത്തിൽ പങ്കുനേടിക്കൊണ്ടു മാത്രമേ അപരത്വത്തെയും അവശതയെയും ഇല്ലാതാക്കാൻ കഴിയൂ എന്ന് അദ്ദേഹം വിശ്വസിച്ചു. തന്റെ പാർലമെന്ററി പ്രവർത്തനത്തെ അതിനുള്ള വേദിയാക്കിമാറ്റാൻ അദ്ദേഹം ബോധപൂർവ്വം ശ്രമിക്കുകയും ചെയ്തു. അധികാരത്തെ വ്യക്തിപരമായ നേട്ടത്തിനുള്ള ഉപാധിയായി അദ്ദേഹം കണ്ടതേയില്ല.

1925ലാണ് കൊച്ചി ലജിസ്ലേറ്റിവ് കൗൺസിൽ നിലവിൽ വന്നത്. പരിമിതമായെങ്കിലും ജനങ്ങൾക്ക് രാഷ്ട്രീയാധികാരം കൈവന്ന സംഭവമായിരുന്നു അത്. ആദ്യമായി ജനങ്ങൾക്ക് വോട്ടവകാശം ലഭിച്ച സന്ദർഭം. എന്നാൽ ദരിദ്രർക്കും കീഴാളർക്കും വോട്ടകവകാശമുണ്ടായിരുന്നില്ലതാനും. അന്തിക്കാട്ട് ജനറൽ സീറ്റിലാണ് അയ്യപ്പൻ ആദ്യമായി മത്സരിച്ചത്. എന്നാൽ ചേലൂർ ഇട്ടിരവിനമ്പൂതിരിപ്പാടിനോട് തോറ്റു. എന്നാൽ പത്രപ്രവർത്തകനായി അയ്യപ്പൻ നിയമസഭയിലെത്തി സഭാനടപടികൾ വീക്ഷിച്ചു.

1928-ൽ നടന്ന തെരഞ്ഞെടുപ്പിൽ ഈഴവ മണ്ഡലത്തിൽ നിന്ന് മത്സരിച്ചു ജയിച്ചു. അയ്യപ്പന്റെ നിയമസഭാപ്രവേശനത്തെ സുപ്രധാനമായ ഒരു ചുവടുവെപ്പായി വിലയിരുത്താം. ഈഴവ സമുദായത്തിൽ പിറന്ന് ബിരുദ വിദ്യാഭ്യാസം നേടി അവർണരുടെ സ്വാതന്ത്ര്യത്തിനായി പൊരുതിക്കൊണ്ടിരുന്ന ഒരാൾ നിയമനിർമാണസഭയുടെ വേദിയിൽ തന്റെ രാഷ്ട്രീയ വീക്ഷണങ്ങൾ അവതരിപ്പിക്കുക എന്നത് ദുർബലരായ ജനസമൂഹത്തെ സംബന്ധിച്ചിടത്തോളം ഏറെ പ്രതീക്ഷകൾ നൽകുന്നതായിരുന്നു.

നിയമസഭയിലെ സഹോദരന്റെ കന്നിപ്രസംഗം തന്നെ ഇതിനു നിദർശനമാണ്: 'നമ്മുടെ ഗവൺമെന്റ് ഇവിടുത്തെ ജനങ്ങൾക്കുവേണ്ടി

എന്തുചെയ്തു? എന്തുചെയ്യുന്നു? ഉദാഹരണമായി പുലയരെ എടുക്കാം. അവരുടെ അഭിവൃദ്ധിക്കുവേണ്ടണ്ടി ഗവൺമെന്റ് എന്തുചെയ്തിട്ടുണ്ട്? ഇപ്പോൾ അവർക്കാണെന്നു പറഞ്ഞ് ഒരു പ്രത്യേക ഡിപ്പാർട്ട്മെന്റ് ഏർപ്പെടുത്തിയിട്ടുണ്ടെന്നു പറയുന്നു. എഴുപത്തിയേഴു ലക്ഷം രൂപ വരവുള്ള ഒരു രാജ്യത്ത് ആ രാജ്യത്തിലെ വലിയൊരു ഭാഗം വരുന്ന ജനങ്ങൾക്ക് സകല കാര്യത്തിലും രാജ്യത്തിന്റെ അഭിവൃദ്ധിക്കു കാരണക്കാരായിട്ടുള്ള ആളുകൾക്ക് അൻപത്തി അയ്യായിരം രൂപ നീക്കി വെച്ചിട്ടുണ്ടെന്ന് വലിയ കാര്യം പോലെ, ഒരു പ്രത്യേക ഹെഡ് വെച്ചു പറയുമ്പോൾ കൊച്ചി ഗവൺമെന്റിനു നാണമാവുകയില്ലേ?'

സാമുദായിക രാഷ്ട്രീയത്തിന്റെ സങ്കുചിത്വം തൊട്ടുതീണ്ടാതെ അവർണർക്കുവേണ്ടി മുഴങ്ങിയ സഹോദരന്റെ ഈ ശബ്ദം കേരളത്തിലെ പാർലിമെന്ററി ചരിത്രത്തിൽ അവിസ്മരണീയമാണ്.

നിയമസഭയിൽ സഹോദരൻ അയ്യപ്പൻ അവതരിപ്പിച്ച ബില്ലുകൾ ഏതെല്ലാമാണെന്നു നോക്കിയാൽ മതി അദ്ദേഹത്തിന്റെ കീഴാള ജനപക്ഷ നിലപാടുകൾ മനസ്സിലാക്കാൻ. മരുമക്കത്തായ തിയ്യാബിൽ, മക്കത്തായ തിയ്യാബിൽ, സിവിൽ മാര്യേജ് ബിൽ, പഞ്ചായത്തിലെ പ്രായപൂർത്തി വോട്ടവകാശബിൽ, വെറും പാട്ടക്കാർക്ക് സ്ഥിരാവകാശം നൽകുന്ന ബിൽ, സന്താനനിയന്ത്രണബിൽ എന്നിവയൊക്കെ സവർണാധികാര കേന്ദ്രങ്ങളിൽ നിന്ന് കടുത്ത എതിർപ്പുകൾ ക്ഷണിച്ചു വരുത്തിയ ബില്ലുകളായിരുന്നു.

ജനസംഖ്യാനുപാതികമായി അവശജനവിഭാഗങ്ങൾക്ക് സർക്കാർ ജോലിയിൽ സംവരണമേർപ്പെടുത്താനായി അദ്ദേഹം നിരന്തരം ശബ്ദമുയർത്തി. മരുമക്കത്തായ സമ്പ്രദായം നിർത്ത ലാക്കി മക്കത്തായ സമ്പ്രദായം കൊണ്ടുവരാനുള്ള ബിൽ സഹോദരനാണ് അവതരിപ്പിച്ചത്. ജാതിമതാതീതമായി സ്ത്രീപുരുഷന്മാർക്ക് വിവാഹബന്ധത്തിലേർപ്പെടാൻ അനുവാദം നൽകുന്ന സിവിൽ മാര്യേജ് ബിൽ അവതരിപ്പിച്ചതും സഹോദരനായിരുന്നു. മിശ്രഭോജനത്തിനുശേഷം തന്റെ ചിരകാലസ്വപ്നമായിരുന്ന മിശ്രവിവാഹം എന്ന ആശയത്തിന് നിയമസാധുത നൽകാൻ അദ്ദേഹം ഏറെ പ്രയത്നിച്ചു, അതിൽ വിജയിക്കുകയും ചെയ്തു.

പ്രായപൂർത്തിവോട്ടവകാശം, പാട്ടക്കുടിയാൻമാർക്ക് വോട്ടവകാശം, സ്ത്രീകൾക്ക് നിയമസഭയിൽ സംവരണം എന്നിങ്ങനെ മനുഷ്യാവകാശത്തിന് പുതിയ മാനങ്ങൾ നൽകുന്ന നിരവധി ആവശ്യങ്ങൾക്കുവേണ്ടി സഹോദരൻ നിയമസഭയിൽ വാദിച്ചു. അംഗങ്ങൾ ഇംഗ്ലീഷിലായിരുന്നു സഭയിൽ സംസാരിച്ചിരുന്നത്. ഈ കീഴ്വഴക്കം ലംഘിച്ച് സഭയുടെ ചരിത്രത്തിൽ ആദ്യമായിട്ടായിരുന്നു ഒരംഗം മലയാളത്തിൽ പ്രസംഗിച്ചത്.

ഇത് പിന്നീട് മറ്റുപലരും മാതൃകയാക്കി. മാതൃഭാഷയെ മനുഷ്യാവ കാശവുമായി ബന്ധിപ്പിച്ചു മനസ്സിലാക്കാൻ കഴിഞ്ഞതുകൊണ്ടാണ് സാധാരണ ജനങ്ങളുടെ ജീവൽ പ്രശ്നങ്ങൾ അവരുടെ ഭാഷയിലാണ് അവതരിപ്പിക്കേണ്ടത് എന്നദ്ദേഹം തിരിച്ചറിഞ്ഞത്. ജനാധിപത്യം സാർത്ഥകവും സമഗ്രവുമാകുന്നത് ജനങ്ങളുടെ ഭാഷയിൽ ജനകീയ പ്രശ്നങ്ങൾ വിനിമയം ചെയ്യുമ്പോഴാണെന്ന വലിയ സന്ദേശം അദ്ദേഹം നിയമസഭയ്ക്കകത്ത് പ്രസരിപ്പിച്ചു. ഇപ്പോഴും ഭരണഭാഷയും കോടതി ഭാഷയും മലയാളമാകാത്തഒരു നാട്ടിൽ ദശകങ്ങൾക്കുമുമ്പ് സഹോദ രൻ കാണിച്ച മാതൃക പുരോഗമനപരവും വിപ്ലവകരവുമായിരുന്നു.

1940 -ൽ കൊച്ചി നിയമസഭയുടെ ഡെപ്യൂട്ടി പ്രസിഡണ്ടായി സഹോ ദരൻ തെരഞ്ഞെടുക്കപ്പെട്ടു. ഡെപ്യൂട്ടി പ്രസിഡണ്ട് എന്നനിലയിൽ ഒരു ദിവസം രാജാവിനെ കാണാൻ ചെന്നപ്പോൾ കാണാനുള്ള അനുമതി നിഷേധിക്കപ്പെട്ടു. രാജാവിന് കുളിക്കാൻ കഴിയുന്ന ദിവസമേ കാണാൻ കഴിയൂ എന്നായിരുന്നു സെക്രട്ടറിയുടെ മറുപടി. ജാതി വിവേചനത്തിന്റെ ഏറ്റവും ഹീനമായ മുഖമാണിതെന്ന് അദ്ദേഹത്തിനറിയാമായിരുന്നു. ഈ സംഭവത്തെ പരാമർശിച്ചാണ് നിയമസഭയിൽ സ്ഫോടനാത്മക മായ ഒരു പ്രസ്താവന അദ്ദേഹം നടത്തിയത്. സഹോദരൻ പറഞ്ഞു. "ജാതിയിൽ എനിക്കു മീതെയും താഴെയും ആരുമില്ല; കൊട്ടാരത്തിൽ പോലും'' അദ്ദേഹത്തിന്റെ ഈ നിലപാടിനു മുന്നിൽ രാജാവിനു വഴ ങ്ങേണ്ടിവന്നു.

1948-ൽ ആദ്യമായി പ്രായപൂർത്തി വോട്ടവകാശത്തോടുകൂടിയ തെരഞ്ഞെടുപ്പു നടന്നപ്പോൾ പ്രജാമണ്ഡലം സ്ഥാനാർത്ഥിയായി മത്സ രിച്ച് അയ്യപ്പൻ വിജയിച്ചു. അദ്ദേഹം പൊതുമരാമത്ത് മന്ത്രിയാവുകയും ചെയ്തു. 1949-ലാണ് തിരു-കൊച്ചി ഐക്യസംസ്ഥാനം നിലവിൽ വന്നത്. ഹ്രസ്വകാലം ഈ നിയമസഭയിലും സഹോദരൻ മന്ത്രിയായിരുന്നു. ചെ ലവുചുരുക്കലിന്റെ ഭാഗമായി മന്ത്രിമാരുടെ എണ്ണം കുറയ്ക്കാൻ തീരുമാനി ച്ചപ്പോൾ അദ്ദേഹം സ്വമേധയാ രാജിവെച്ചൊഴിഞ്ഞു. പിന്തിരിപ്പിക്കാൻ പലരും ശ്രമിച്ചെങ്കിലും അദ്ദേഹം വഴങ്ങിയില്ല.

പൊതുമരാമത്ത് മന്ത്രി എന്ന നിലയിൽ നിരവധി വികസന പ്രവർ ത്തനങ്ങൾക്ക് അദ്ദേഹം തുടക്കമിട്ടു. സ്വന്തം വീടിന്റെ മുൻഭാഗം പൊ ളിച്ചുമാറ്റി റോഡിന് വീതികൂട്ടാൻ അനുമതി നൽകിയ മന്ത്രിയായിരുന്നു അദ്ദേഹം! എറണാകുളത്തിന്റെ വികസനത്തിന് അടിത്തറപാകിയ റോഡുകളുടെയും പാലങ്ങളുടെയും ശില്പി സഹോദരൻ അയ്യപ്പനാണ്.

ജനാധിപത്യത്തിനും സമത്വത്തിനും വേണ്ടി തന്റെ നിയമസഭാ പ്രവർത്തനങ്ങളെ നീതിപൂർവ്വം ഉപയോഗിച്ച സാമാജികനായിരുന്നു സഹോദരൻ. അധികാരത്തിന്റെ അലങ്കാരങ്ങളില്ലാതെ, ജനകീയനായി

അദ്ദേഹം പെരുമാറി. ഉത്തരവാദ ഭരണത്തിനും അധഃകൃതർക്ക് ജോലി സംവരണത്തിനും വേണ്ടി അദ്ദേഹം വാദിച്ചു കൊണ്ടേയിരുന്നു. പ്രജാ മണ്ഡലം, കൊച്ചിരാജ്യപ്രജാമണ്ഡലം, നാഷണലിസ്റ്റ് പാർട്ടി തുടങ്ങി യവയിൽ അദ്ദേഹം പ്രവർത്തിച്ചിരുന്നു.

മന്ത്രിസ്ഥാനം രാജിവെച്ചശേഷം സാധാരണക്കാരുടെകൂടെ ബസ്സിൽ വീട്ടിലേക്കു തിരിച്ചുപോന്ന സഹോദരൻ അയ്യപ്പൻ അധി കാരത്തെ പൗരസേവനത്തിനുള്ള ഒരു മാർഗ്ഗമായി മാത്രമേ കണ്ടുള്ളൂ. തിന്റെ ആദർശങ്ങൾക്ക് പ്രായോഗികരൂപം നൽകാനുള്ള വേദിയായി അദ്ദേഹം നിയമസഭയെ ഉപയോഗപ്പെടുത്തി. പരിമിതമായ ജനാധിപ ത്യാധികാരങ്ങൾ മാത്രമുണ്ടായിരുന്ന നിയമസഭയിൽ പ്രവർത്തിച്ചുകൊ ണ്ടാണ് കീഴാളാവകാശങ്ങൾ നേടിയെടുക്കാൻ വേണ്ടി സഹോദരൻ യത്നിച്ചത് എന്ന കാര്യം ഓർക്കേണ്ടതാണ്.

●

വിളക്കും വെളിച്ചവും

ബ്രാഹ്മണ പൗരോഹിത്യവും സവർണരാജാധികാരവും നടപ്പിലാക്കിയിരുന്ന ജാത്യധികാരത്തെ വെല്ലുവിളിച്ച് കേരളത്തിന്റെ സാമൂഹ്യഘടനയെ തന്റെ തത്വചിന്തയാലും സമത്വത്തിലൂന്നിയ പരിഷ്കരണപ്രവർത്തനത്താലും പൊളിച്ചെഴുതുകയാണ് ശ്രീനാരായണ ഗുരു ചെയ്തത്.

സവർണ ഹൈന്ദവതയ്ക്കും ശ്രേണീകൃത ജാതിവ്യവസ്ഥയ്ക്കും ഭരണകൂടാധികാരത്തിനുമെതിരെ പോരാടാൻ ഒരു ജനതയെപ്രാപ്തമാക്കിയത് ശ്രീനാരായണഗുരു പകർന്നുകൊടുത്ത ആത്മീയമായ ആത്മബലമായിരുന്നു. ജാതികളും ഉപജാതികളുമാക്കി നിലനിർത്തിയിരുന്ന സമൂഹ ജീവിതത്തിന്റെ അധോമണ്ഡലത്തിലേക്ക് ഗുരുവചനങ്ങൾ സ്വാതന്ത്ര്യത്തിന്റെ പുതിയ സന്ദേശമാണ് വിനിമയം ചെയ്തത്. 1888-ൽ അദ്ദേഹം നിർവ്വഹിച്ച അരുവിപ്പുറം പ്രതിഷ്ഠയാണ് ആധുനിക കേരളത്തിന്റെ സൃഷ്ടിയിൽ നിർണായക പങ്കുവഹിച്ചത്.

സ്വയം നിർണയാധികാരമില്ലാതിരുന്ന ജാതിശരീരങ്ങളുടെ കൂട്ടങ്ങളെ മനുഷ്യശരീരങ്ങളായി പുനർനിർണയിച്ച മഹാസംഭവമായിരുന്ന അരുവിപ്പുറം പ്രതിഷ്ഠ. അടിച്ചമർത്തപ്പെട്ടവരുടെ ഊക്കേറിയ പ്രതിരോധമായി ആ പ്രതിഷ്ഠമാറി. അതിന്റെ അലകൾ വർഷങ്ങളോളം കേരളസമൂഹത്തെ പുതുക്കിക്കൊണ്ടിരുന്നു.

ഈ സംഭവം നടക്കുമ്പോൾ അയ്യപ്പൻ ജനിച്ചിരുന്നില്ല. പിന്നെയും ഒരു വർഷം കഴിഞ്ഞായിരുന്നു അയ്യപ്പന്റെ പിറവി. അയ്യപ്പൻ ജനിക്കുമ്പോൾ ശ്രീനാരായണഗുരുവിന് 33 വയസ്സായിരുന്നു.

അയ്യപ്പന്റെ ജ്യേഷ്ഠനായിരുന്ന അച്യുതൻ വൈദ്യരുമായി ശ്രീനാരായണന് നല്ല അടുപ്പമുണ്ടായിരുന്നു. എങ്കിലും അയ്യപ്പൻ ആദ്യമായി ഗുരുവിനെ കാണുന്നത് തന്റെ മദ്രാസ് പഠനകാലത്താണ്. അയ്യപ്പൻ താമസിച്ചിരുന്ന ലോഡ്ജിൽ എത്തിയ ഗുരു നടത്തിയ ഹൃദ്യമായ

പ്രഭാഷണം അദ്ദേഹത്തെ ഏറെ ആകർഷിച്ചു. മനസ്സും ശരീരവും പരിസരവും ശുചിയായിരിക്കേണ്ടതിന്റെ പ്രസക്തിയെക്കുറിച്ചായിരുന്നു ഗുരുവിന്റെ പ്രഭാഷണം. ജാതി സമ്പ്രദായം എന്ന അശുദ്ധിയെ നശിപ്പിച്ചെങ്കിൽ മാത്രമേ മനസ്സ് ശുചിയാക്കിവെയ്ക്കാൻ കഴിയൂ എന്ന ഗുരുവിന്റെ വാക്കുകൾ അയ്യപ്പന്റെ ഹൃദയത്തിൽ നിത്യസ്വാധീനമായി പതിഞ്ഞുകിടന്നു.

തന്റെ നാടായ ചെറായിലെ ഗൗരീശ്വരക്ഷേത്രത്തിലെ പ്രതിഷ്ഠയ്ക്കായി വന്നപ്പോഴാണ് ഗുരുവിനെ അയ്യപ്പൻ വീണ്ടും കാണുന്നത്. ഇരുപത്തിരണ്ടുകാരനായ അയ്യപ്പൻ അന്ന് ഗുരുവിനെ പരിചയപ്പെടുകയും ഗുരു അദ്ദേഹത്തെ ആലുവ അദ്വൈതാശ്രമത്തിലേക്ക് ക്ഷണിക്കുകയും ചെയ്തു.

മദ്രാസിൽ നിന്ന്, പഠനം നിർത്തി നാട്ടിൽ വന്ന അയ്യപ്പന് തുടർ പഠനത്തിന് ആഗ്രഹമുണ്ടായിരുന്നെങ്കിലും സാമ്പത്തിക പ്രയാസം കാരണം പഠനം തുടങ്ങാൻ സാധിച്ചിരുന്നില്ല. ഇക്കാര്യമറിഞ്ഞ നാരായണഗുരു അയ്യപ്പനെ ഒരു കത്തുമായി കുമാരനാശാന്റെ സമീപത്തേക്കയക്കുകയും ആശാൻ നൽകിയ നൂറുരൂപയുമായി അയ്യപ്പൻ ബിരുദപഠനത്തിന് തിരുവനന്തപുരത്തേയ്ക്ക് പോവുകയും ചെയ്തു. കുമാരനാശാനുമായി സുദൃഢവും സുദീർഘവുമായ ബന്ധം തുടങ്ങുന്നത് തിരുവനന്തപുരം വാസത്തിനിടെയാണ്. ഈ അവസരത്തിൽത്തന്നെ ശ്രീനാരായണഗുരുവുമായി അയ്യപ്പന് ആഴമേറിയ അടുപ്പമുണ്ടായിരുന്നു.

കീഴാളജനതയ്ക്ക് ശ്രീനാരായണഗുരു പകർന്നു കൊടുത്ത ആത്മബോധത്തെ പ്രായോഗികമായി വിപുലീകരിക്കാൻ ശ്രമിച്ചു എന്നിടത്താണ് സഹോദരൻ അയ്യപ്പന്റെ പ്രസക്തി. അക്കാലത്ത് ശ്രീനാരായണഗുരു നടത്തിയ പ്രവർത്തനങ്ങളെ ശരിയായി തിരിച്ചറിയുകയും അതിലടങ്ങിയ വിധ്വംസക മൂല്യത്തെ അംഗീകരിച്ച് സ്വകീയമായി പുനരവതരിപ്പിക്കുകയും ചെയ്യാൻ അയ്യപ്പൻ ശ്രമിച്ചിരുന്നു. നാരായണഗുരുവിനെ ഒരു ഈഴവ ഗുരുവായി മാത്രം ലഘൂകരിച്ചു കണ്ട ബോധപൂർവ്വമായ ശ്രമങ്ങളെ അനുകൂലിക്കുവാൻ സഹോദരൻ അയ്യപ്പന് കഴിഞ്ഞിരുന്നില്ല. ഗുരുവിന്റെ പരിശ്രമങ്ങളിലെ രാഷ്ട്രീയ മാനങ്ങൾ തിരിച്ചറിയാൻ സഹോദരന് കഴിഞ്ഞിരുന്നു.

തുരുവനന്തപുരത്തെ പഠനം കഴിഞ്ഞ് നാട്ടിൽ തിരിച്ചെത്തിയ അയ്യപ്പനോട് ഗുരു ചോദിച്ചു: 'ജാതിക്കെതിരെ ഇങ്ങനെ പറഞ്ഞുകൊണ്ടിരുന്നാൽ മതിയോ? അതിനെതിരെ എന്തെങ്കിലും പ്രവർത്തിക്കണം. പ്രവൃത്തിയിലൂടെ മാത്രമേ ജാതിയെ പിഴുതെറിയാൻ പറ്റൂ. അല്ലേ?''

1888-ൽ താൻ കൊളുത്തിയ മാറ്റത്തിന്റെ ജ്വാലകൾ ജാതിഘടനയെ പൂർണമായും നശിപ്പിക്കാതിരുന്നതിൽ ഗുരു ദുഃഖിതനായിരുന്നു.

മാത്രമല്ല, 1908-ൽ സ്ഥാപിതമായ ശ്രീനാരായണധർമ്മ പരിപാലന യോഗം പോലും പലപ്പോഴും ജാതീയതയുടെ സങ്കുചിതവൃത്തത്തിൽ പരിമിതപ്പെട്ടുപോയതിൽ അദ്ദേഹത്തിന് വിഷമമുണ്ടായിരുന്നു.

ഈ അവസരത്തിൽ 1916 മെയ് മാസത്തിൽ ആലുവ അദ്വൈതാശ്രമത്തിൽ നിന്നും ഗുരു പുറപ്പെടുവിച്ച വിളംബരം ചരിത്രപ്രാധാന്യമുള്ളതാണ്.

"നാം ജാതിമതഭേദങ്ങൾ വിട്ടിട്ട് ഇപ്പോൾ ഏതാനും സംവത്സരങ്ങൾ കഴിഞ്ഞിരിക്കുന്നു. എന്നിട്ടും ചില പ്രത്യേക വർഗ്ഗക്കാർ നമ്മെ അവരുടെ വർഗ്ഗത്തിൽപെട്ടതായി വിചാരിച്ചും പ്രവർത്തിച്ചും വരുന്നതായും അതുഹേതുവായി പലർക്കും നമ്മുടെ വാസ്തവത്തിന് വിരുദ്ധമായ ധാരണയ്ക്കിട വന്നിട്ടുണ്ടെന്നും അറിയുന്നു. നാം പ്രത്യേക ജാതിയിലോ മതത്തിലോ ഉൾപ്പെടുന്നില്ല. വിശേഷിച്ചും നമ്മുടെ ശിഷ്യവർഗ്ഗത്തിൽ നിന്നും മേൽ പ്രകാരമുള്ളവരെ മാത്രമേ നമുക്ക് പിൻഗാമിയായി വരത്തക്കവിധം ആലുവ അദ്വൈതാശ്രമത്തിൽ ശിഷ്യസംഘത്തിൽ ചേർത്തിട്ടുള്ളൂ എന്നും മേലും ചേർക്കുകയുള്ളൂ എന്നും വ്യവസ്ഥപ്പെടുത്തിയിട്ടുള്ളതുമാകുന്നു. ഈ വസ്തുത പൊതുജനങ്ങളുടെ അറിവിലേക്കായി പ്രസിദ്ധം ചെയ്തിരിക്കുന്നു.''

ജാതിയെയും മതത്തെയും സംബന്ധിച്ച ഗുരുവിന്റെ നിലപാടുകളുടെ തുടർച്ചയായാണ് ഈ വിളംബരം പുറത്തുവന്നത്. ഇത് പുറപ്പെടുവിച്ച് കൃത്യം ഒരു വർഷം കഴിഞ്ഞപ്പോഴാണ് അയ്യപ്പന്റെ നേതൃത്വത്തിൽ മിശ്രഭോജനം നടക്കുന്നത്. ജാതിമതഭേദങ്ങൾ വിട്ട നാരായണഗുരുവിന്റെ ചിന്തകൾ പ്രവൃത്തിപഥത്തിൽ കൊണ്ടുവരികയായിരുന്നു സഹോദരൻ അയ്യപ്പൻ ചെയ്തത്. ഇതേ വർഷം (1916) മെയ് 22ന് ഡോ.പൽപ്പുവിന് ശ്രീനാരായണഗുരു അയച്ച കത്ത് നോക്കുക: 'എന്റെ ഡോക്ടർ അവർകൾക്ക്, യോഗത്തിന്റെ നിശ്ചയങ്ങൾ എല്ലാം നാമറിയാതെ പാസ്സാക്കുന്നതുകൊണ്ടും യോഗത്തിന്റെ ആനുകൂല്യം ഒന്നും തന്നെ നമ്മെ സംബന്ധിച്ച കാര്യത്തിൽ ഇല്ലാത്തതുകൊണ്ടും മുമ്പേ മനസ്സിൽ നിന്നു വിട്ടിരുന്നതുപോലെ ഇപ്പോൾ വാക്കിൽ നിന്നും പ്രവൃത്തിയിൽ നിന്നും യോഗത്തെ വിട്ടിരിക്കുന്നു.'

സംഘടനയുടെ ദിശാവ്യതിയാനത്തെച്ചൊല്ലിയുള്ള വേദനയും തന്റെ ധാർമ്മിക നിലപാടുകളുടെ ഫലപ്രാപ്തിയെപ്പറ്റിയുള്ള ആശങ്കയും ഗുരുവിന്റെ ഹൃദയത്തെ മഥിച്ചിരുന്നതായി ഈ പ്രസ്താവനകൾ സൂചിപ്പിക്കുന്നുണ്ട്.

'മനുഷ്യാണാം മനുഷ്യത്വം
ജാതിർഗോത്വം ഗവാം യഥാ'

എന്നതായിരുന്നു ഗുരുവിന്റെ ജാതിചിന്ത. മനുഷ്യർക്ക് മനുഷ്യത്വം എന്ന ഒരു ജാതിയേയുള്ളൂ; ഗോക്കൾക്ക് ഗോത്വം എന്നതുപോലെ അതു കൊണ്ട്തന്നെ ഗുരു മനുഷ്യരിൽ ജാതിഭേദം കണ്ടില്ല. 'പൂണർന്നുപെറു മെല്ലാമൊരിനമാം' എന്നാണ് ഗുരു എഴുതുന്നത്. മനുഷ്യരെല്ലാം 'മനുഷ്യ ജാതി' എന്ന ഒരിനത്തിലാണുപെടുന്നത്. അതുകൊണ്ട് ജാതി എന്ന പൊതു വ്യവഹാരരൂപം അസംബന്ധമാണ്. അദ്വൈതവേദാന്തത്തെ തന്റെ ചിന്തയുടെ ആണിക്കല്ലായി കണക്കാക്കുന്ന ദർശനമാണ് ഗുരു അവതരിപ്പിക്കുന്നത്.

'നരനും നരനും തമ്മിൽ
സാഹോദര്യമുദിക്കണം
അതിനുവിഘ്നമായുള്ള
തെല്ലാമില്ലാതെയാകണം'

എന്ന് ഗുരു എഴുതുന്നു. സമത്വത്തിലും സാഹോദര്യത്തിലും അധിഷ്ഠിതമായ മനുഷ്യബന്ധങ്ങൾക്കാണ് ഗുരു വില കല്പിച്ചത്. അതിനു തട സ്സമായി നിൽക്കുന്ന ജാതി,മതം, വിശ്വാസാചാരങ്ങൾ തുടങ്ങിയവയെ നശിപ്പിക്കേണ്ടതാണെന്ന് അദ്ദേഹം പറയുന്നു.

ഞാനും നീയും ഒരേ ബ്രഹ്മത്തിന്റെ ഭാഗമാണെങ്കിൽ എനിക്കും നിനക്കും തമ്മിൽ ഭേദമില്ല എന്ന അദ്വൈത ചിന്തയിൽ നിന്നാണ് ഗുരുവിന്റെ ജാതിഭേദനിരാസം യുക്തി തേടുന്നത്. അതുകൊണ്ടാണ് ഗുരുവിന് സമത്വപൂർണമായ ഒരു മനുഷ്യലോകത്തെ വിഭാവനം ചെയ്യാൻ കഴിഞ്ഞത്.

'ജാതിമീമാംസ'യിൽ ശ്രീനാരായണഗുരു ഇങ്ങനെ എഴുതുന്നു.

'ഒരു ജാതി ഒരു മതം ഒരു ദൈവം മനുഷ്യന്
ഒരു യോനിയൊരാകാരം ഒരു ഭേദവുമില്ലതിൽ
ഒരു ജാതിയിൽ നിന്നല്ലോ പിറന്നീടുന്നു സന്തതി
നരജാതിയിതോർക്കുമ്പോളൊരു ജാതിയിലുള്ളതാം
നരജാതിയിൽ നിന്നത്രേ പിറന്നീടുന്നു വിപ്രനും-
പറയൻ താനു മെന്തുള്ളതന്തരം നരജാതിയിൽ?'

ഗുരുവിനെ സംബന്ധിച്ചിടത്തോളം നരൻ എന്ന ഒറ്റജാതിയേയുള്ളൂ. മൃഗമാണ് മറ്റൊരു ജാതി. പറയനും ബ്രഹ്മണനും നരൻ എന്ന ജാതിയിലാണ് ഉൾപ്പെട്ടത്. എന്നതിനാൽ അവർ തമ്മിൽ ഭേദമില്ല.

'എല്ലാവരുമാത്മ സഹോദരരെ-
ന്നല്ലേ പറയേണ്ടതിതോർക്കുകിൽ'

എന്ന്'ജീവകാരുണ്യ പഞ്ചക'ത്തിൽ പറയുന്നതും ഇക്കാര്യം തന്നെ.

ജാതിഭേദവും അതുമായി ബന്ധപ്പെട്ട കൊടിയ പീഡനങ്ങളും സർവ്വസാധാരണമായ ഒരു കാലത്ത് മനുഷ്യസമത്വത്തെക്കുറിച്ച്

ഇത്തരത്തിൽ ചിന്തിക്കുന്നതുതന്നെ അങ്ങേയറ്റം വിപ്ലവകരമായിരുന്നു. 1916-ൽ പുലയസമുദായത്തെ അഭിസംബോധന ചെയ്തുകൊണ്ട് ഗുരുപറഞ്ഞതിങ്ങനെയാണ്: 'മനുഷ്യർ ഒക്കെ ഒരു ജാതിയാണ്. അവരുടെയിടയിൽ സ്ഥിതിഭേദമല്ലാതെ ജാതിഭേദം ഇല്ല. ഉണ്ടാകാൻ നിവൃത്തിയുമില്ല. ചിലർക്ക് പണവും പഠിപ്പും ശുചിയും മറ്റും കൂടുതലായിരിക്കും. മറ്റുചിലർക്ക് അതൊക്കെ കുറവായിരിക്കാം. ചിലരുടെ നിറമായിരിക്കില്ല മറ്റു ചിലരുടെ നിറം. ഈ മാതിരിയുള്ള വ്യത്യാസങ്ങളല്ലാതെ മനുഷ്യർക്ക് ജാതിവ്യത്യാസമില്ല.'

ഇങ്ങനെ 1888-ൽ 'സോദരത്വേന വാഴുന്ന മാതൃകാസ്ഥാനം' സ്വപ്നം കണ്ട നാരായണഗുരു തന്റെ നിലപാടുകൾ ആവർത്തിച്ചുകൊണ്ടേയിരുന്നു. ജാതിനിർണയം, ജാതി മീമാംസാ, ജാതിലക്ഷണം, ജീവകാരുണ്യ പഞ്ചകം എന്നീ രചനകളിലെല്ലാം മനുഷ്യനെ ജാതിശരീരത്തിൽനിന്ന് വിമോചിപ്പിക്കാനുള്ള ബോധപൂർവ്വമായ ചിന്തകൾ അദ്ദേഹം അവതരിപ്പിക്കുന്നുണ്ട്. ഇതിന്റെയെല്ലാം സ്വാഭാവികമായ വളർച്ചയും സാക്ഷാൽക്കാരവുമായിരുന്നു 1917ലെ 'മിശ്രഭോജന'വും സഹോദരസംഘത്തിന്റെ രൂപീകരണവും.

'കേരളത്തിലെ ശാന്തമായ ആത്മീയ വിപ്ലവത്തിന് നിദാനമായ ആത്മീയ ഡയനാമോ ആയിരുന്നു ശ്രീനാരായണൻ. ആ ഡയനാമോവിൽ നിന്നും വരുന്ന കറന്റു കൊണ്ടു തിരിഞ്ഞ ചക്രങ്ങൾ മാത്രമാണ് ഞങ്ങൾ' എന്നാണ് സഹോദരൻ അയ്യപ്പൻ പറയുന്നത്. തന്റെ ചിന്തകളെയും കർമ്മങ്ങളെയും സ്വാധീനിച്ച ഒരു ചിന്താപദ്ധതിയെയാണ് സഹോദരൻ അംഗീകരിക്കുന്നത്.

കൊളോണിയൽ വിരുദ്ധവും ഫ്യൂഡൽ വിരുദ്ധവും ജാതിമേധാവിത്ത പൗരോഹിത്യ വിരുദ്ധവുമായ ശ്രീനാരായണധർമ്മത്തിന്റെ വിപ്ലവകരമായ പശ്ചാത്തലമാണ് സഹോദരൻ അയ്യപ്പൻ എന്ന പരിഷ്കർത്താവിനെ സൃഷ്ടിക്കുന്നത്. മാത്രമല്ല, വെറും ഈഴവഗുരുവായി മാറിപ്പോകുമായിരുന്ന നാരായണഗുരുവിനെ, അദ്ദേഹം കൊളുത്തിവെച്ച പ്രകാശത്തെ കേരളത്തിന്റെ ധാർമ്മിക ജീവിതത്തിന്റെ സകല മണ്ഡലങ്ങളിലേക്കും പ്രസരിപ്പിച്ചുകൊണ്ട് കേരളീയരുടെ മുഴുവൻ ഗുരുവായി വീണ്ടെടുത്തു പ്രതിഷ്ഠിക്കുകയായിരുന്നു സഹോദരൻ ചെയ്തത്.

ജാതിനിഷ്ഠ ശരീരങ്ങളുടെ വിമോചനമാണ് ഗുരുവും സഹോദരനും ലക്ഷ്യമാക്കിയത്. ജാതി, മതം തുടങ്ങിയ പരമ്പരാഗത വിഭജനങ്ങളെ അദ്വൈത വേദാന്തത്തിന്റെ ദാർശനിക തലത്തിൽ നിന്നുകൊണ്ട് വിശകലനം ചെയ്യുകയാണ് ഗുരു ചെയ്തതെങ്കിൽ സമൂഹം മൂർത്തമായി അനുഭവിക്കുന്ന യാഥാർത്ഥ്യമെന്നനിലയ്ക്ക് ജാതിമതങ്ങളുടെ പേരിലുള്ള വിവേചനങ്ങളെ സഹോദരൻ പ്രയോഗിക പദ്ധതികളിലൂടെ

നേരിടാനുറച്ചു. നിയമസഭയിലെ കന്നിപ്രസംഗം തന്നെ ഈഴവർക്കു വേണ്ടിയായിരുന്നില്ല, പുലയരോട് സർക്കാർ കാണിക്കുന്ന വിവേചനത്തിനെതിരെയായിരുന്നു എന്ന് ഓർക്കുക. ജാതിനശീകരണത്തിനുള്ള രാഷ്ട്രീയമായ പോം വഴികൾ അയ്യപ്പന്റെ ജീവിതത്തിലെ മുഖ്യ പ്രവർത്തനപദ്ധതികളായി മാറുന്നു. സാമൂഹികമായ അടിച്ചമർത്തലിൽ നിന്നുള്ള സ്വാതന്ത്ര്യം രാഷ്ട്രീയമായിക്കൂടി നേടേണ്ടതാണെന്ന ആധുനികമായ അവബോധം സഹോദരനുണ്ടായിരുന്നു.

'ഒരു ജാതി ഒരു മതം ഒരു ദൈവം മനുഷ്യന്' എന്ന ഗുരുവചനവും 'ജാതി വേണ്ട മതം വേണ്ട ദൈവം വേണ്ട മനുഷ്യന്' എന്ന സഹോദരവചനവും പ്രത്യക്ഷത്തിൽ വിരുദ്ധമെന്നു തോന്നുമെങ്കിലും ആന്തരികമായി ഒരേ ദർശനമാണ് പങ്കുവെയ്ക്കുന്നത്. 'പലമതസാരവുമേകം' എന്ന വിശാലമായ കാഴ്ചപ്പാടിനോടാണ് ഗുരുവിന്റെ വചനം ചേർന്നു നിൽക്കുന്നത്. മനുഷ്യജാതിയ്ക്കിടയിൽ വീണ്ടും ജാതി വിഭജനം നടത്തുന്നതിന്റെ അസംബന്ധ സ്വഭാവമാണ് ഗുരുചൂണ്ടിക്കാണിക്കുന്നത്. ബി. രാജീവൻ എഴുതിയതുപോലെ നാരായണഗുരുവിന് മതം മനുഷ്യ വ്യക്തികളുടെ ആന്തരികമായ ധാർമ്മികനിലപാടുകളോട് ബന്ധപ്പെട്ട ആത്മനിഷ്ഠ പ്രശ്നം മാത്രമായിരുന്നു. ശ്രീനാരായണധർമ്മം മതമുക്തമായ ഒരു ധർമ്മമാണ്.

ജാതിയും മതവും ദൈവവും വേണ്ടതുണ്ടാത്ത മനുഷ്യജാതിയെയാണ് സഹോദരനും വിഭാവനം ചെയ്യുന്നത്. മതപരിവർത്തനത്തെക്കുറിച്ചു ചോദിച്ചപ്പോൾ ഗുരു സഹോദരൻ അയ്യപ്പനോട് പറഞ്ഞതിങ്ങനെയാണ്. 'മതം എന്നുവെച്ചാൽ അഭിപ്രായം. അതേതായാലും മനുഷ്യന് ഒരുമിച്ചു കഴിയാം. മതം മാറണമെന്നു തോന്നിയാൽ ഉടനേ മാറണം. അതിനുള്ള സ്വാതന്ത്ര്യം വേണം; മതം ഓരോരുത്തരുടെയും ഇഷ്ടം പോലെയായിരിക്കും. അച്ഛന്റെ മതമല്ലായിരിക്കും മകന്റെ ഇഷ്ടം. മനുഷ്യന് മതസ്വാതന്ത്ര്യം വേണ്ടതാണ്. അതാണ് നമ്മുടെ അഭിപ്രായം.'

മതം പാരമ്പര്യസിദ്ധമായ ഒരു അനിവാര്യതയല്ലെന്നാണ് ഗുരു പറഞ്ഞത്. അത് നിങ്ങൾക്ക് സ്വീകരിക്കുകയോ തിരസ്കരിക്കുകയോ ചെയ്യാം. വേണമെങ്കിൽ മതത്തിൽ നിന്നും പുറത്തുപോകാം. മതവുമായി ബന്ധപ്പെട്ട ആചാരങ്ങൾ, മതവുമായി ചേർന്നു നിൽക്കുന്നതെന്നു വിശ്വസിക്കുന്ന അധ്യാത്മികാനുഭൂതികൾ തുടങ്ങിയവയെക്കൂടിയാണ് ഇക്കൂട്ടത്തിൽ നാരായണഗുരു തിരസ്കരിക്കുന്നത് എന്നുകൂടി കാണേണ്ടതുണ്ട്.

മതത്തെക്കുറിച്ച് ശ്രീനാരായണഗുരു നിരീക്ഷിക്കുന്നതു നോക്കുക: 'ഹിന്ദുമതം എന്നൊരു മതമേയില്ലല്ലോ. ഹിന്ദുസ്ഥാന വാസികളുടെ മതം ഹിന്ദുമതം എന്നാണെങ്കിൽ ഹിന്ദുസ്ഥാനത്ത് ഇപ്പോൾ അധിവസിക്കുന്ന ക്രിസ്ത്യാനികളുടെയും മുഹമ്മദീയരുടെയും മതങ്ങളും ഹിന്ദുമതം തന്നെയാണ്... ഒരു മതാചാര്യന്റെ പേരിൽ പല ആചാര്യന്മാരുടെ

ഉപദേശങ്ങളടക്കി അതിനെ ഒരു മതമെന്നപേർ വിളിക്കാമെങ്കിൽ, പലപല ആചാര്യന്മാരാൽ സ്ഥാപിതങ്ങളായ എല്ലാ മതങ്ങളെയും ചേർത്ത് അതിന് ഒരു മതമെന്നോ ഏകമതമെന്നോ മനുഷ്യമതമെന്നോ മാനവധർമ്മമെന്നോ എന്തുകൊണ്ട് ഒരു പൊതുപ്പേരിട്ടുകൂടാ? അങ്ങനെ ചെയ്യുന്നത് യുക്തിഭംഗവും അസംബന്ധവുമാണെങ്കിൽ ഈ അസംബന്ധവും യുക്തിഭംഗവും ഇപ്പോൾ പ്രചാരത്തിലിരിക്കുന്ന എല്ലാ മതങ്ങൾക്കും ഏറെക്കുറെ സംഭവിച്ചു കഴിഞ്ഞിരിക്കുകയാണ്.''

മതഭേദങ്ങളെ തിരസ്കരിച്ച് മാനവധർമ്മമെന്ന ഏക മതത്തെ വിഭാവന ചെയ്യുന്ന ഗുരുവിന്റെ ചിന്തകൾ തന്നെയാണ് സഹോദരനും പങ്കുവെയ്ക്കുന്നത്. സഹോദരൻ എഴുതുന്നതുകാണുക:

'കലർന്നൊന്നാകണം സർവ്വ
ജാതിക്കാരും മതസ്ഥരും
ചൈതന്യസുഭഗം നല്ല
നാളെ നമ്മൾക്കു കൈവരാൻ'

ബുദ്ധധർമത്തിൽ നിന്ന് അദ്ദേഹം സ്വീകരിച്ച തത്ത്വങ്ങൾ ധർമ്മത്തെക്കുറിച്ചുള്ള കാഴ്ചപ്പാടിനെ സ്വാധീനിച്ചിട്ടുണ്ട്. മതവും ജാതിയും ദൈവവും വേണ്ടെന്നും 'വേണം ധർമം യഥോചിതം' എന്നുമാണ് സഹോദരൻ ഉദ്ബോധിപ്പിക്കുന്നത്.

'സമഭാവനയോളം വലിയധർമമില്ല, സ്വാതന്ത്ര്യത്തോളം വലിയ സുഖമില്ല' എന്ന മഹാമന്ത്രം ഉരുക്കഴിച്ച് സിദ്ധിനേടി ജാതിപ്പിശാചിന്റെ നെടുംനെറുകയിൽ ആണിതറയ്ക്കാൻ ശക്തിയുള്ള വീരമാന്ത്രികന്മാരാണ് നമുക്കു വേണ്ടത്' എന്ന് സഹോദരൻ എഴുതുന്നു. ഈ സമഭാവനയെക്കുറിച്ചുതന്നെയാണ് ഗുരുവും സങ്കല്പിക്കുന്നത്.

ജാതിയെക്കുറിച്ചുള്ള ശ്രീനാരായണഗുരുവിന്റെ ദർശനങ്ങളിൽ നിന്നാണ് സഹോദരന്റെ ജാതിവിരുദ്ധ ചിന്തകൾ ഉരുവം കൊള്ളുന്നത്. 'വാസ്തവത്തിൽ നമ്പൂതിരിയും പുലയനും രണ്ടുജാതിയാണോ? പുലച്ചിയിൽ നമ്പൂതിരിക്കും നമ്പൂതിരി സ്ത്രീയിൽ പുലയനും അഭിലാഷവും സന്തത്യുല്പാദനവും ഉണ്ടാകാം. എന്നാൽ പശുവിൽ പോത്തിനോ എരുമയിൽ കാളയ്ക്കോ കുട്ടി ഉണ്ടാകയില്ല. അതുകൊണ്ട് നമ്പൂതിരിയും പുലയനും ഒരു ജാതിയെന്നും കാളയും പോത്തും രണ്ടുജാതിയെന്നും ചിലർ വാദിക്കുന്നത് ശരിയല്ലേ' എന്ന് സഹോദരൻ ചോദിക്കുന്നു. ഇത് നാരായണഗുരു മറ്റൊരു രീതിയിൽ പറഞ്ഞിട്ടുണ്ട്. "ജാതി ഒന്നാണെന്നുള്ളതിന് വിശേഷിച്ച് തെളിവൊന്നും ആവശ്യമില്ല. ഒരു പട്ടിവേറൊരു പട്ടിയെ കണ്ടാൽ അതിന്റെ സ്വന്തം ജാതിയാണെന്ന് മനസ്സിലാക്കും. എല്ലാ മൃഗങ്ങൾക്കും ഈ വകതിരിവുണ്ട്. അവയെല്ലാം അതനുസരിച്ച് ജീവിക്കുന്നുമുണ്ട്. മനുഷ്യന് മാത്രം സ്വന്തം ജാതിയെക്കുറിച്ച് സംശയം. സ്വന്തം ജാതിയെ തിരിച്ചറിയാനുള്ള ശക്തിയില്ല''

ജാതിവ്യത്യാസം പോകണമെന്ന നാരായണഗുരുവിന്റെ ആഗ്രഹം നടപ്പിലാക്കാനുള്ള മാർഗം കണ്ടെത്തുകയാണ് സഹോദരൻ ചെയ്തത്. അതിന് പറ്റിയ ഒരു വഴി മിശ്രഭോജനമാണെന്ന് സഹോദരൻ വിശ്വസിച്ചു. അദ്ദേഹം എഴുതുന്നു: 'ജാതിവ്യത്യാസം ഇല്ലാതാക്കുവാനാണ് സ്വാമികൾ പറയുന്നത്. അതിനുവേണ്ടി പരിശ്രമിക്കുവാൻ പോകുന്ന നമുക്ക് ആദ്യം ജാതിവ്യത്യാസം ഇല്ലാതാക്കണം. ജനനം കൊണ്ട് പുലയൻ താണവനെന്നും നമ്പൂതിരി ഉയർന്നവനെന്നുമുള്ള മൂഢ വിശ്വാസം ആദ്യമേ വലിച്ചെറിയണം... ഉറച്ച വജ്രതുല്യമായ അന്ധവിശ്വാസം ഉരുക്കുന്നതിന് മിശ്രഭോജനത്തോളം നല്ല ദ്രാവകമില്ല.''

ഗാന്ധിജി സ്വാതന്ത്ര്യത്തിന്റെ പ്രതീകമായിപിൽക്കാലത്ത് ഉപ്പിനെ ഉപയോഗിച്ചപോലെ സഹോദരൻ ജാതി നശീകരണത്തിനുള്ള ആദ്യ ഇടപെടൽ നടത്തിയത് ഭക്ഷണം ഉപയോഗിച്ചുകൊണ്ടായിരുന്നു. ഒട്ടേറെ കോലാഹലങ്ങൾക്കു കാരണമായ മിശ്രഭോജനത്തെ ഗുരു അംഗീകരിക്കുകയാണു ചെയ്തത്. മഹാസന്ദേശമെന്ന് പ്രസിദ്ധമായ 1921 മെയ് 15ന് ശ്രീനാരായണഗുരു സ്വന്തം കൈപ്പടയിൽ സഹോദരന് എഴുതിക്കൊടുത്ത വാക്കുകൾ നോക്കുക: 'മനുഷ്യരുടെ മതം, വേഷം, ഭാഷ മുതലായവ എങ്ങനെയിരുന്നാലും അവരുടെ ജാതി ഒന്നായതുകൊണ്ട് അന്യോന്യം വിവാഹവും പന്തിഭോജനവും ചെയ്യുന്നതിന് യാതൊരു ദോഷവുമില്ല'' മനുഷ്യജാതിയെ മുഴുവൻ ഒന്നെന്നു കാണുന്നയാൾക്ക് മിശ്രഭോജനവും മിശ്രവിവാഹവും അംഗീകരിക്കുന്നതിൽ ഒരു പ്രയാസവും തോന്നാനിടയില്ലല്ലോ.

ഇന്ത്യയുടെ മൂർത്തയാഥാർത്ഥ്യത്തെ തിരിച്ചറിയുകയും ജാതീയതയുടെ പീഡകളാൽ ദുരിതമനുഭവിക്കുന്ന ജനതയുടെ ഭൗതിക ജീവിതത്തിന്റെ പരാധീനതകൾ മനസ്സിലാക്കുകയും അതിന് ശാശ്വതമായ പോംവഴികൾ തേടുകയും ചെയ്ത വ്യക്തിയായിരുന്നു സഹോദരൻ.മതത്തെയും ജാതിയെയും തന്റെയുക്തിയുടെ വെളിച്ചത്തിലാണ് അദ്ദേഹം മനസ്സിലാക്കാൻ ശ്രമിച്ചത്. ഗുരുവിന്റെ അദ്വൈതവേദാന്തത്തിന്റെ ദാർശനികതലം ഉൾക്കൊള്ളുമ്പോൾത്തന്നെ തന്റെ ജാതിമത വിശകലനങ്ങൾ അവിടെ അവസാനിപ്പിക്കാൻ സഹോദരൻ തയ്യാറായില്ല. 'ജാതി പോകാൻ എന്തെങ്കിലും ചെയ്തേ പറ്റൂ' എന്ന ഗുരുവിന്റെ വാക്കുകളിലെ ഇന്ധനത്തെ ഊർജ്ജമാക്കി മാറ്റുകയായിരുന്നു അദ്ദേഹം ചെയ്തത്. മിശ്രഭോജനം, ജാതി രാക്ഷസദഹനം, മിശ്രവിവാഹത്തിനു വേണ്ടിയുള്ള പരിശ്രമങ്ങൾ, സഹോദര പ്രസ്ഥാനം, സഹോദരൻ പത്രം, നിയമസഭാ പ്രവർത്തനങ്ങൾ തുടങ്ങിയവ ഗുരുവചനങ്ങൾ സാക്ഷാൽക്കരിക്കാനുള്ള പ്രായോഗിക പദ്ധതികളായിരുന്നു.

ശ്രീനാരായണഗുരു ജാതിമതാതീതമായ മാനവ സമത്വത്തിനായി നിരവധി കർമ്മപരിപാടികൾ ആവിഷ്കരിച്ചിരുന്നു. കല്ല്, കണ്ണാടി എന്നിവയ്ക്കു പുറമേ വിളക്ക്, സത്യം, ധർമ്മം,ശാന്തി തുടങ്ങിയവയെ പ്രതിഷ്ഠിച്ച് എല്ലാ വിഭാഗം ജനങ്ങൾക്കും പ്രാപ്യമായ പൊതുഇടമാക്കി ക്ഷേത്രങ്ങളെമാറ്റി. എല്ലാവർക്കും വിദ്യാഭ്യാസം, വ്യവസായശീലം, ശുചിത്വശീലം തുടങ്ങിയവയൊക്കെ ഏഴകളുടെ സമത്വബോധത്തിന് ബലമേകാൻ സഹായിക്കുമെന്ന് ഗുരു കരുതി.

രാഷ്ട്രീയാധികാരവുമായി ചേർത്തുവെച്ചുകൊണ്ട് ജാതിവിരുദ്ധ പരിഷ്കരണശ്രമങ്ങളെ കാണാനും അയ്യപ്പൻ ശ്രമിച്ചിട്ടുണ്ട്.

'ഭരണം വീണ്ടെടുക്കാതെ
ജാതി പോകില്ലൊരിക്കലും' എന്നും
'ജാതി പോകേണ്ട ജാതിക്കാർ
ഭരിച്ചാൽ ജാതി പോയിടും'

എന്നുമുള്ള അദ്ദേഹത്തിന്റെ വാക്കുകൾ അംബേദ്കറുടെ കാഴ്ചപ്പാടിന്റെ സ്വാധീനത്തിൽ നിന്ന് ജനിച്ചതാണെന്നു കരുതാം.

'ഇരുട്ടടച്ച, വവ്വാലിന്റെ നാറ്റമുള്ള ക്ഷേത്രങ്ങൾകൊണ്ട് എന്തു പ്രയോജനം?' എന്ന് ശ്രീനാരായണഗുരു ഒരിക്കൽ ചോദിച്ചിട്ടുണ്ട്. തന്റെ യുക്തി ബോധത്തിന്റെയും ശാസ്ത്രീയ ചിന്തയുടെയും വെളിച്ചത്തിൽ അമ്പലങ്ങളെയും ദൈവത്തെയും സഹോദരൻ വിമർശിച്ചു. ഹിന്ദുമതം ഉപേക്ഷിച്ച് ബുദ്ധധർമ്മം സ്വീകരിക്കാനും അദ്ദേഹം തയ്യാറായി. ഇന്ത്യൻ ജനതയുടെ വിമോചനത്തിന് തടസ്സമാകുന്ന കാൽച്ചങ്ങലകളാണ് ജാതിയും മതവും ദൈവവുമെന്ന് സഹോദരൻ ഉറച്ചു വിശ്വസിച്ചു. മനുഷ്യസമത്വത്തിന് വിഘാതമാകുന്ന ഏതുതരം അടിമത്തത്തെയും ഗുരുവിനെപ്പോലെ സഹോദരനും എതിർത്തു. ഗുരു ആത്മീയതലത്തിൽ കൊളുത്തിയ വിപ്ലവത്തിന്റെ അഗ്നി ഭൗതികപരിവർത്തനത്തിന്റെ അനവധി മേഖലകളിലേക്ക് തിരിവെളിച്ചമായി പകർന്നു നൽകുകയാണ് സഹോദരൻ ചെയ്തത്.

●

വെയിലും നിലാവും

സാമ്പത്തിക ഞെരുക്കത്തിന്റെയും ദാരിദ്ര്യത്തിന്റെയും ഇടയിലൂടെയാണ് സഹോദരന്റെ ബാല്യവും കൗമാരവുമൊക്കെ കടന്നുപോയത്. ശ്രീനാരായണഗുരുവും 'കുമാരനാശാനും അടക്കമുള്ളവരുടെ സാമ്പത്തികവും ധാർമ്മികവുമായ പിന്തുണയോടെയാണ് അദ്ദേഹത്തിന്റെ വിദ്യാഭ്യാസം പൂർത്തിയായത്. തിരുവനന്തപുരത്ത് നിയമപഠനത്തിനു ചേർന്നപ്പോൾ പഠനച്ചെലവ് കണ്ടെത്താൻ അധ്യാപകജോലി സമ്പാദിച്ചതും ഏറെ ബുദ്ധിമുട്ടിയായിരുന്നു. സഹോദരൻ അയ്യപ്പൻ എല്ലാ കാലത്തും ദരിദ്രനായാണ് ജീവിച്ചത്. അതുകൊണ്ടുതന്നെ അദ്ദേഹത്തിന് 'പരക്ലേശവിവേക' മുണ്ടായിരുന്നു!

ചിന്തകൊണ്ടും പ്രവൃത്തികൊണ്ടും ഒരു സമൂഹത്തെ വെളിച്ചത്തിലേക്കു നയിക്കുമ്പോഴും വ്യക്തിപരമായ പ്രയാസങ്ങൾ അദ്ദേഹത്തെ അലട്ടിയിരുന്നു. എങ്കിലും വാക്കും പ്രവൃത്തിയും തമ്മിൽ സമന്വയിപ്പിക്കാൻ ശ്രമിക്കുകയും ആ ധാർമ്മിക ബലം അദ്ദേഹത്തെ മുന്നോട്ടു നയിക്കുകയും ചെയ്തു. അതുകൊണ്ടാണ് മന്ത്രിസ്ഥാനം രാജിവെച്ച ശേഷം തന്റെ വസ്ത്രങ്ങളടങ്ങിയ ഒരു കൊച്ചു പെട്ടിയുംതൂക്കി വീട്ടിലേക്കു നടന്നുപോകാൻ അദ്ദേഹത്തിനു സാധിച്ചത്. താൻ തന്നെ വിഭാവനം ചെയ്തു റോഡ് വീതി കൂട്ടിയപ്പോൾ സ്വന്തം വീടിന്റെ പൂമുഖം പൊളിച്ചു കൊടുത്ത് മാതൃക കാണിക്കാൻ കഴിഞ്ഞതും ഈ നിസ്വാർത്ഥതകൊണ്ടാണ്.

സമത്വവും വ്യക്തിസ്വാതന്ത്ര്യവും ജീവവായുവായി സങ്കല്പിച്ചിരുന്ന അയ്യപ്പൻ ദീർഘകാലപ്രണയത്തിന്റെ അവസാനമാണ് വിവാഹിതനായത്. താൻ സങ്കല്പിച്ച വ്യക്തിസ്വാതന്ത്ര്യബോധവും ജനാധിപത്യബോധവും സ്വന്തം ജീവിതത്തിൽ പകർത്താൻ അദ്ദേഹത്തിനു കഴിഞ്ഞിരുന്നു.

ഡോ. പൽപ്പുവിനെപ്പോലെയുള്ള വിദ്യാസമ്പന്നർക്കുപോലും ഉദ്യോഗം നിഷേധിച്ചിരുന്ന അധികാരഘടന സാംവധാനം തകരാൻ തുടങ്ങിയ കാലത്താണ് ഈഴവ സമുദായത്തിൽ നിന്ന് അയ്യാക്കുട്ടി

എന്നയാൾ ജഡ്ജിയായി ഉയർന്നുവന്നത്. അദ്ദേഹത്തിന്റെ മകൾ പാർവതിയായിരുന്നു അയ്യപ്പന്റെ ഹൃദയത്തിൽ ചേക്കേറിയ പെൺകുട്ടി. വിദ്യാഭ്യാസസമ്പന്നയും സഹൃദയയുമായിരുന്ന പാർവതി അയ്യപ്പന്റെ വ്യക്തിത്വത്തിലും ആകൃഷ്ടയായിരുന്നു.

നിരവധി തിരക്കുകളിൽപ്പെട്ട് അവിശ്രമമായ ജീവിതം നയിക്കുകയായിരുന്നു അയ്യപ്പൻ. പാർവതി കൂടുതൽ പഠിക്കുന്നതിനും സ്വന്തമായി തൊഴിൽ കണ്ടെത്തുന്നതിനും നിരന്തരം പരിശ്രമിച്ചുകൊണ്ടിരുന്നു. അവരുടെ പ്രണയം സാഹസികമല്ലാതിരുന്നതുപോലെ കാല്പനികവുമായിരുന്നില്ല.

ബുദ്ധമതതത്ത്വങ്ങളോട് ആഭിമുഖ്യമുള്ള വ്യക്തിയായിരുന്നു പാർവതിയുടെ പിതാവ് അയ്യാകുട്ടി. അതിനാലാണ് 'ധർമ്മപദം' വിവർത്തനം ചെയ്യാൻ അദ്ദേഹം തയ്യാറായത്. അയ്യപ്പൻ ഈ വിവർത്തന പ്രക്രിയയിൽ അയ്യാക്കുട്ടിയെ സഹായിച്ചിരുന്നു. അതിനു മുമ്പേ തന്നെ, സാമൂഹ്യപ്രവർത്തനത്തിൽ തല്പരനായിരുന്ന അയ്യാക്കുട്ടിയുമായി അയ്യപ്പന് ബന്ധമുണ്ടായിരുന്നു. അങ്ങനെയാണ് അയ്യപ്പൻ പാർവതിയെ കാണുകയും അവർ തമ്മിൽ ആത്മബന്ധം വളരുകയും ചെയ്തത്. അയ്യാക്കുട്ടി ഇരിങ്ങാലക്കുടയിൽ മുൻസിഫായിരുന്ന കാലത്താണ് അയ്യപ്പൻ പാർവതിയെ ആദ്യമായി കാണുന്നത്.

സ്കൂൾ പഠനത്തിനുശേഷം മദ്രാസിലെ ക്വീൻ മേരീസ് കോളേജിൽ നിന്നാണ് പാർവതി ഇന്റർമീഡിയറ്റും ബിരുദവും നേടിയത്. അതിനുശേഷം മദ്രാസിലെതന്നെ വെല്ലിംഗ്ടൻ ട്രെയിനിംഗ് കോളേജിൽ നിന്നും എൽ.ടിയും വിജയിച്ചു. താമസിയാതെ തൃശ്ശൂർ വിവേകോദയം സ്കൂളിൽ അധ്യാപികയായി ജോലിയിൽ പ്രവേശിക്കുകയും ചെയ്തു. ഈ അവസരത്തിലെല്ലാം അവരുടെ ഹൃദയബന്ധം ദൃഢമായിക്കൊണ്ടിരുന്നു. പാർവതി എറണാകുളം ഗേൾസ് ഹൈസ്കൂളിൽ അധ്യാപികയായി ജോലി ചെയ്യുമ്പോൾ ലീവെടുത്ത് സിലോണിലേക്കു പോയി. അവിടെ ഒന്നരവർഷത്തോളം ജോലി ചെയ്തു. സൂപ്പർവൈസിംഗ് മിസ്ട്രസ്സായി ജോലിയിൽ പ്രവേശിച്ചു.

അയ്യപ്പന്റെ രചനകളും പ്രസംഗങ്ങളും പൊതു പ്രവർത്തനത്തിൽ ദീക്ഷിച്ചിരുന്ന ആദർശനിഷ്ഠയും പാർവതിയെ ആകർഷിച്ചിരുന്നു. പാർവതിയുടെ സാമൂഹ്യസേവനതല്പരതയും ജോലിയോടുള്ള ആത്മാർത്ഥതയും അയ്യപ്പനിലും മതിപ്പുണ്ടാക്കിയിരുന്നു.

1930 മെയ് 21 നായിരുന്നു അവരുടെ വിവാഹം. മട്ടാഞ്ചേരി കോ-ഓപ്പറേറ്റീവ് സൊസൈറ്റിയിൽ നിന്ന് മുന്നൂറ് രൂപ കടം എടുത്തായിരുന്നു വിവാഹച്ചെലവിനുള്ള പണം അയ്യപ്പൻ കണ്ടെത്തിയത്.

വളരെ ചുരുങ്ങിയ നിലയിൽ നടന്ന വിവാഹത്തിൽ മിതവാദി സി. കൃഷ്ണനടക്കം കുറച്ചുപേർ മാത്രമേ പങ്കെടുത്തിരുന്നുള്ളൂ.

കടുത്ത സാമ്പത്തിക ഞെരുക്കത്തിനിടയിലും സന്തോഷകരമായ ദാമ്പത്യജീവിതമായിരുന്നു അവർ നയിച്ചിരുന്നത്. മുപ്പത്തിയെട്ടുവർഷത്തോളം നീണ്ടുനിന്ന ആ ദാമ്പത്യം പരസ്പരം തിരിച്ചറിയുന്നതിന്റെയും ബഹുമാനിക്കുന്നതിന്റെയും ഉദാത്ത മാതൃകയായിരുന്നു. ഡോക്ടറായ മകൻ സുഗതനും മകൾ ഐഷയും മാതാപിതാക്കളുടെ ആദർശസുരഭിലമായ ജീവിതം മാതൃകയാക്കിയവരാണ്.

കേരളം ആദരിക്കുന്ന നവോത്ഥാനത്തിന്റെ മുന്നണിപ്പോരാളിയെ അർഹിക്കുന്ന സ്നേഹാദരങ്ങളോടെ പിന്തുണയ്ക്കുവാൻ പാർവതിക്കു കഴിഞ്ഞിരുന്നു. അവരെക്കുറിച്ച് പി.കെ. ബാലകൃഷ്ണൻ അനുസ്മരിക്കുന്നത് ഇങ്ങനെയാണ്: 'കുറെക്കാലത്തെ സമ്പർക്കത്തിൽ നിന്നും ഞാൻ മനസ്സിലാക്കുന്നത് സഹോദരന്റെ നല്ല ജീവിത്തിന്റെ നല്ല അവസാനഭാഗം മിസ്സിസ് അയ്യപ്പന്റേതാണ്. അദ്ദേഹത്തിന്റെ ഇന്നത്തെ ജീവിതത്തിന്റെ ആരാധ്യതയിൽ, ഹൃദ്യതയിൽ, ലാളിത്യത്തിൽ എല്ലാത്തിന്റേയും പിന്നിൽ ഞാൻ കാണുന്ന പ്രധാന ഘടകം ശ്രീമതി. പാർവ്വതി അയ്യപ്പനാണ്... സഹോദരന്റെ പൊതുപ്രവർത്തനങ്ങളെക്കുറിച്ചും എഴുത്തിനെക്കുറിച്ചുമൊക്കെ അവർക്ക് ആരാധനയേയുള്ളൂ. ആ ആരാധന ഹൃദയംഗമമാണുതാനും. അദ്ദേഹത്തിന്റെ പൊതുപ്രവർത്തനങ്ങളെ അവരുടെ സഹാനുഭൂതിയും ആരാധനയും നിശ്ചയമായും കുറെയേറെ വളർത്തിയിട്ടുണ്ടാകുമെന്നാണ് എന്റെ ഊഹം. എന്നാൽ ഈ ആരാധനയും പൊതുകാര്യപ്രസക്തിയും അവരെ തലയ്ക്കുലക്കില്ലാത്ത ഒരു ആദർശവാദിയാക്കിയില്ല. മിസ്സിസ് അയ്യപ്പൻ എന്നും നിലത്തുതന്നെ ചവിട്ടിനിന്നു. ചിട്ടയായ ഒരു കുടുംബം ചിട്ടയായി ക്രമപ്പെടുത്തി നടത്തുന്നതിനുവേണ്ട ശംഭീരമല്ലാത്ത പ്രായോഗികബുദ്ധിയും നിയന്ത്രണ വൈഭവവും അവരെന്നും കാണിച്ചു.'' (സഹോദര സപ്തതി, 1960)

അവസാനകാലത്ത് രാഷ്ട്രീയജീവിതം ഉപേക്ഷിച്ച് വായനയുടെയും എഴുത്തിന്റെയും ലോകത്ത് ഒതുങ്ങുകയായിരുന്നു സഹോദരൻ. രാഷ്ട്രീയത്തെ ബാധിച്ചിരുന്ന മൂല്യച്യുതി അദ്ദേഹത്തെ ദുഃഖാകുലനാക്കിയിരുന്നു. 1956 ലുണ്ടായ ഹൃദ്രോഗബാധ ശാരീരികമായി അദ്ദേഹത്തെ അവശനാക്കിയിരുന്നു. എങ്കിലും വിശ്രമിക്കാൻ അദ്ദേഹം തയ്യാറായിരുന്നില്ല.

1956 ജൂലൈ 28-ാം തിയ്യതി 'ജാതി നശിപ്പിക്കുക, മതം, വ്യക്തികാര്യമാക്കുക' എന്ന ശീർഷകത്തിലെഴുതിയ മുഖപ്രസംഗത്തോടെ 'സഹോദരൻ' പത്രത്തിന്റെ അവസാനലക്കം പുറത്തിറങ്ങി. പിന്നീട് കെ. സുകുമാരന്റെ പത്രാധിപത്യത്തിൽ പ്രസിദ്ധീകരിച്ചിരുന്ന കേരളകൗമുദി' യിലും സി.ആർ. കേശവൻ വൈദ്യർ പുനഃപ്രസിദ്ധീകരിച്ച

'വിവേകോദയ'ത്തിലും അദ്ദേഹം കുറിപ്പുകൾ എഴുതിയിരുന്നു. അപൂർവ മായി മാത്രം പ്രസംഗവേദികളിലും പൊതുപരിപാടികളിലും അദ്ദേഹം പ്രത്യക്ഷപ്പെട്ടു.

ആലുവയ്ക്കടുത്തുള്ള വാല്മീകിക്കുന്ന് ശ്രീനാരായണഗുരു ഇടയ്ക്കൊക്കെ സന്ദർശിക്കുകയും ധ്യാനത്തിലിരിക്കുകയും ചെയ്യുന്ന ഏതാന്തസുന്ദര മായ ഒരു കുന്നിൻ പ്രദേശമായിരുന്നു. ഗുരുവിന്റെ ആശയങ്ങൾ പ്രാവർ ത്തികമാക്കുന്ന തരത്തിൽ ഈ പ്രദേശത്ത് ജീവകാരുണ്യ പ്രവർത്തന ങ്ങളുടെ ഒരു കേന്ദ്രം സ്ഥാപിക്കണമെന്ന് സഹോദരൻ ആഗ്രഹിച്ചു. അങ്ങനെയാണ് 1964-ൽ ശ്രീനാരായണ സേവികാസമാജം എന്ന സംഘടന രൂപം കൊള്ളുന്നത്. ഇതിന്റെ നേതൃത്വത്തിൽ അനാഥരായ കുഞ്ഞുങ്ങൾക്കുള്ള ആനന്ദഭവനം, വിദ്യാലയം, ഗ്രന്ഥശാല, ശാന്തിമന്ദി രം, വിശ്രമസദനം, തുടങ്ങിയവ വളർന്നു വികസിച്ചിട്ടുണ്ട്.

1968 മാർച്ച് 6 ന് എഴുപത്തിയേഴാമത്തെ വയസ്സിൽ സഹോദരൻ അയ്യപ്പൻ അന്തരിച്ചു. അവർണരെ മനുഷ്യരാക്കാൻ ഒരു ആയുഷ്കാലം മുഴുവൻ അവിശ്രമം പ്രവർത്തിച്ച സഹോദരൻ കെ. അയ്യപ്പൻ എന്ന ധർമ്മസൂര്യൻ നവോത്ഥാനത്തിന്റെ അസ്തമയകിരണങ്ങൾ ബാക്കിവെ ച്ചുകൊണ്ട് പൊലിഞ്ഞുപോയി.

സഹോദരന്റെ മരണത്തെക്കുറിച്ച് പിറ്റേദിവസം മഹാകവി ജി.ശങ്ക രക്കുറുപ്പ് ഇങ്ങനെ എഴുതി: "ചാരിതാർത്ഥ്യം സ്ഫുരിക്കുന്ന സഹോദരന്റെ സൗമ്യവും ധീരവുമായ മുഖത്തെ മരണം സ്പർശിച്ചിട്ടുണ്ടെന്നു തോന്നില്ല. ആ ഹൃദയത്തെ, സമുദായത്തിനു പുതിയ ജീവനും ചരിത്രത്തിനു നൂതന സ്പന്ദവും കാലത്തിന് കർമ്മാവേശവും കൊടുത്ത ആ ഹൃദയത്തെ മരണം തൊടുകയില്ല, തീർച്ചതന്നെ.''

●

സഹായകഗ്രന്ഥങ്ങൾ

1. ബ്രഹ്മർഷി ശ്രീനാരായണഗുരു - ടി. ഭാസ്കരൻ, കേന്ദ്ര സാഹിത്യ അക്കാദമി, 2009.
2. നാരായണഗുരു പുനർവായനകൾ - എഡി. പ്രദീപൻ പാമ്പിരിക്കുന്ന്, പ്രോഗസ് ബുക്ക്സ്, കോഴിക്കോട്, 2016.
3. വാക്കുകളും വസ്തുക്കളും - ബി രാജീവൻ, ഡി.സി ബുക്ക്സ്, കോട്ടയം, 2011.
4. കേരള ചരിത്രത്തിലെ അവിസ്മരണീയ സംഭവങ്ങൾ- എ.ഡി. രാധിക സി. നായർ, ഡി.സി ബുക്ക്സ്, 2006.
5. അണയാത്ത ദീപങ്ങൾ - വേലായുധൻ പണിക്കശ്ശേരി, കറന്റ് ബുക്ക്സ്, കോട്ടയം, 2013
6. അയ്യങ്കാളി മുതൽ വി.ടി. വരെ - വേലായുധൻ പണിക്കശ്ശേരി - കറന്റ് ബുക്ക്സ്, കോട്ടയം - 2014
7. കേരള നവോത്ഥാനം - മാധ്യമപർവ്വം - പി. ഗോവിന്ദപ്പിള്ള - ചിന്ത പബ്ലിഷേഴ്സ്, തിരുവനന്തപുരം, 2012
8. ദലിത് സൗന്ദര്യശാസ്ത്രം - ഡോ. പ്രദീപൻ പാമ്പിരിക്കുന്ന് - ഡി.സി ബുക്ക്സ്, കോട്ടയം, 2011
9. മലയാളി നാൾവഴികൾ - എഡി. ടി.എം. രാമചന്ദ്രൻ - ക്യാമ്പസ് കോളേജ് പേരാമ്പ്ര, 2007
10. നവോത്ഥാന മൂല്യങ്ങളും കേരള സമൂഹവും - വി. കാർത്തികേയൻ നായർ. സാ.പ്ര.സ.സം, കോട്ടയം, 2015.

അനുബന്ധം

ഓണപ്പാട്ട്

മാവേലി നാടു വാണീടും കാലം
മാനുഷരെല്ലാരുമൊന്നുപോലെ

ആമോദത്തോടെ വസിക്കും കാലം
ആപത്തങ്ങാർക്കുമൊട്ടില്ലതാനും

കള്ളവുമില്ല ചതിയുമില്ല
എള്ളോളമില്ല പൊളി വചനം

തീണ്ടലുമില്ല തൊടീലുമില്ല
വേണ്ടാതനങ്ങൾ മറ്റൊന്നുമില്ല

ചോറുകൾ വച്ചുള്ള പൂജയില്ല
ജീവിയെക്കൊല്ലുന്ന യാഗമില്ല

ദല്ലാൾ വഴിക്കീശസേവയില്ല
വല്ലാത്ത ദൈവങ്ങളൊന്നുമില്ല

സാധുധനിക വിഭാഗമില്ല
മൂലധനത്തിൻ ഞെരുക്കലില്ല

ആവതവരവർ ചെയ്തു നാട്ടിൽ
ഭൂതി വളർത്താൻ ജനം ശ്രമിച്ചു

വിദ്യപഠിക്കാൻ വഴിയേവർക്കും
സിദ്ധിച്ചു മാബലി വാഴും കാലം

സ്ത്രീക്കും പുരുഷനും തുല്യമായി
വാച്ചസ്വതന്ത്രതയെന്തു ഭാഗ്യം?

കാലിയ്ക്കുകൂടി ചികിത്സ ചെയ്യാൻ
ആലയം സ്ഥാപിച്ചിതന്നു മർത്ത്യർ

സൗഗതരേവം പരിഷ്കൃതരായ്
സർവ്വം ജയിച്ചു ഭരിച്ചുപോന്നാർ

ബ്രാഹ്മണർക്കീർഷ്യ വളർന്നുവന്നീ
ഭൂതി കെടുക്കാനവർ തുനിഞ്ഞു

കൗശലമാർന്നൊരു വാമനനെ
വിട്ടു ചതിച്ചവർ മാബലിയെ

ദാനം കൊടുത്ത സുമതിതന്റെ
ശീർഷം ചവിട്ടിയാ യാചകനും

അന്നുതൊട്ടിന്ത്യയധഃപതിച്ചു
മന്നിലധർമ്മം സ്ഥലം പിടിച്ചു.

ദല്ലാൾ മതങ്ങൾ നിറഞ്ഞു കഷ്ടം!
കൊല്ലുന്ന ക്രൂരമതവുമെത്തി

വർണ്ണ വിഭാഗവ്യവസ്ഥ വന്നു
മന്നിടം തന്നെ നരകമാക്കി

മർത്ത്യനെ മർത്ത്യനശുദ്ധനാക്കു-
മയ്ത്തപ്പിശാച്ചും കടന്നുകൂടി

തന്നിലശക്തന്റെ മേലിൽക്കേറി
തന്നിൽ ബലിഷ്ഠന്റെ കാലുതാങ്ങും

സ്നേഹവും നാണവും കെട്ട രീതി
മാനവർക്കേകമാം ധർമ്മമായി

സാധുജനത്തിന് വിയർപ്പു ഞെക്കി
നക്കിക്കുടിച്ചു മടിയർ വീർത്തു

നന്ദിയും ദീനകരുണതാനും
തിന്നു കൊഴുത്തിവർക്കേതുമില്ല

സാധുക്കളെക്ഷരം ചൊല്ലിയെങ്കിൽ
ഗർവ്വിഷ്ഠരീ ദുഷ്ടർ നാക്കറുത്തു

സ്ത്രീകളിവർക്കു കളിപ്പാനുള്ള
പാവകളെന്നു വരുത്തിവച്ചു

ആന്ധ്യമസൂയയും മൂത്തു പാരം
സ്വാന്തബലം പോയ് ജനങ്ങളെല്ലാം

കഷ്ടമേ, കഷ്ടം! പുറത്തുനിന്നു-
മെത്തിയോർക്കൊക്കെയടിമപ്പെട്ടു

എത്ര നൂറ്റാണ്ടുകൾ നമ്മളേവം
ബുദ്ധിമുട്ടുന്നു സഹോദരരേ

നമ്മെയുയർത്തുവാൻ നമ്മളെല്ലാ-
മൊന്നിച്ചുണരണം കേൾക്ക നിങ്ങൾ

ബ്രാഹ്മണോപജ്ഞമാം കെട്ട മതം
നമ്മൾ വെടിയണം നന്മ വരാൻ.

സത്യവും ധർമ്മവും മാത്രമല്ലോ
സിദ്ധി വരുത്തുന്നു ശുദ്ധമതം.

ധ്യാനത്തിനാലെ പ്രബുദ്ധരായ
ദിവ്യരാൽ നിർദ്ദിഷ്ട മായ മതം.

ആ മതത്തിന്നായ് ശ്രമിച്ചിടേണം
ആ മതത്തിന്നു നാം ചത്തിടേണം

വാമനാദർശം വെടിഞ്ഞിടേണം
മാബലിവാഴ്ച വരുത്തിടേണം

ഓണം നമുക്കിനി നിത്യമെങ്കിൽ
ഊനംവരാതെയിരുന്നുകൊള്ളും.

(ആദ്യത്തെ ആറുവരികൾ അജ്ഞാതകർതൃകമാണെന്നു കരുതപ്പെടുന്നു. ഇവ നൂറ്റാണ്ടുകൾക്ക് മുമ്പ് രചിക്കപ്പെട്ട മാവേലി ചരിതം ഓണപ്പാട്ടിലേതാണെന്ന അഭിപ്രായമുണ്ട്)

●

ജാതിഭാരതം

വിളക്കും നിറയും വെച്ചു
കൂട്ടുകാർ വാഴ്ത്തനേരിലും
ജാതിക്കുശ്ശമ്പേ നിന്മോഹം
പുലരില്ലൊരു കാലവും.

അപകാരം പരർക്കേല്ക്കാൻ
പറവുനാട്ടു ചുറ്റി നീ
നിന്റെ കൂട്ടംതന്നെയല്ലോ
കെടുന്ന നിന്റെ ഭാഷയാൽ.

പരദ്രോഹത്തിനാലാരും
ഒന്നും നേടീലിതേ വരെ
പരവിപ്രിയമേലാത്ത
സ്വപ്രിയം താൻ പുലർന്നിട്ടും

ജാതിക്കുശ്ശമ്പാർഷമേന്മ
പൂണ്ടുഭാരതഭൂമിയിൽ
സാധുവർഗ്ഗ വളർച്ചയ്ക്കു
വച്ച ക്രൂരവിലക്കുകൾ
മറ്റുള്ളോരെ താഴ്ത്തിനിർത്തി
തങ്ങൾക്കാപേക്ഷികോന്നതി
തേടുന്ന ദുർഭഗത്വത്തെ
ധർമ്മമായ് കാത്തു ഭാരതം.

ആർഷത്തിന്റെ ചവിട്ടേറ്റു
ഞെരിഞ്ഞുള്ള ജനാവലി
അസ്വതന്ത്രേയന്ത്യയിൽ സ്വന്തം
സ്വാതന്ത്ര്യം കണ്ടുമുട്ടിനാർ.

അവരിൽ നിന്നൊരു മഹാൻ
പൊങ്ങിവന്നു മഹോജ്ജ്വലൻ
ധീവൈദൂഷി ശേഷികളാൽ
വിസ്മായയിത ഭാരതൻ.

അധസ്ഥോദ്ധാരണം മുഖ്യ
ജീവിതവ്രത മാക്കിയോൻ
ആരോട്ടു മതിനായേറ്റു
ജയക്കൊടി പറത്തിയോൻ.

അംബേദ്ക്കറെന്ന തന്നമെ
ചതുരക്ഷരി മന്ത്രമായ്
ജപിക്കും നന്ദി തിങ്ങുന്ന
ഹൃത്തെഴും ഭാവിഭാരതം.
സ്വതന്ത്രഭാരതത്തിന്റെ
സ്മയതിതീർക്കു വേലയിൽ
അതുല്ല്യമാം പങ്കെടുത്തു
പ്രഗത്ഭൻ മന്ത്രമുഖ്യനായ്.

നവീന മനുബുദ്ധിമാൻ
ജാതിക്കുശ്ശ്രമ്പതിൻ നേരെ
കയർപ്പു നാട്ടിലെങ്ങുമേ.

അവശർക്കിപ്പോളാവശ്യ-
മായ സംവരണത്തിനെ
വിവേചനാദോഷമോതി
ജാതിസ്വാർത്ഥമെതിർക്കയാം.

അട്ടത്തെങ്ങും ജാതിമുക്തി-
ഭാഗ്യം ഭാരതമാർന്നിടാ
ജാതിക്കുത്തക പാലിക്ക-
ന്നിവിടെ ശക്തരായവർ.

വിവേചനം പഴിക്കുന്നോർ
ദേശീയം ജയ് വിളിക്കുവോർ
സർവ്വോദയം ചൊല്ലുവോരും
ഫലത്തിൽ ജാതിവാദികൾ.

ജാതിമൂലം പുറന്തള്ള-
പ്പെട്ടുപോയനാവലി
ഭരണം വീണ്ടെടുക്കാതെ
ജാതിപോകില്ലൊരിക്കലും.

ഏതു പാർട്ടി ഭരിച്ചാലും
ഭരിക്കുകെ ജാതി നില്ക്കയാം
ജാതി പോകേണ്ട ജാതിക്കാർ
ഭരിച്ചാൽ ജാതി പോയിടും.

●

സയൻസ് ദശകം

കോടി സൂര്യനുദിച്ചാലു-
മൊഴിയാത്തൊരു ക്കൂരിരുൾ
തുരന്നു സത്യം കാണിക്കും
സയൻസിന്നു തൊഴുന്നു ഞാൻ

വെളിച്ചം, മിന്നൽ, ചൂടൊ,ച്ച-
യിവക്കുള്ളിൽ മറഞ്ഞീടും
അത്ഭുതങ്ങൾ വെളിക്കാക്കും
സയൻസിന്നു തൊഴുന്നു ഞാൻ

ഇരുട്ടു കൊണ്ടു കച്ചോടം
നടത്തുന്ന പുരോഹിതൻ
കെട്ടത്തീട്ടും കെടാതാളും
സയൻസിന്നു തൊഴുന്നു ഞാൻ.

കീഴടക്കി പ്രകൃതിയെ
മനുഷ്യന്നുപകർത്രിയായ്
കൊടുപ്പാൻ വൈഭവം പോന്ന
സയൻസിന്നു തൊഴുന്നു ഞാൻ.

കൃഷി, കൈത്തൊഴിൽ, കച്ചോട
രാജ്യ ഭാരമതാദിയെ
പിഴക്കാതെ നയിക്കുന്ന
സയൻസിന്നു തൊഴുന്നു ഞാൻ.

ബുക്കുകൾക്കും പൂർവികർക്കും

മർത്ത്യരെദ്ദാസരാക്കീടും
സമ്പ്രദായം തകർക്കുന്ന
സയൻസിന്നു തൊഴുന്നു ഞാൻ.

അപൗരുഷേയവാദത്താൽ
അജ്ഞവഞ്ചന ചെയ്തീടും
മതങ്ങളെത്തുരത്തുന്ന
സയൻസിന്നു തൊഴുന്നു ഞാൻ

സ്വബുദ്ധി വൈഭവത്തെത്താൻ
ഉണർത്തി നരജാതിയെ
സ്വാതന്ത്ര്യേയാൽകൃഷ്ടരാക്കുന്ന
സയൻസിന്നു തൊഴുന്നു ഞാൻ

എത്രയെന്നറിഞ്ഞാല്പ-
മനന്തമറിവാകയാൽ
എന്നുമാരായുവാൻ ചൊല്ലും
സയൻസിന്നു തൊഴുന്നു ഞാൻ.

സയൻസാൽ ദീപ്തമീ ലോകം
സയൻസാലഭിവൃദ്ധികൾ
സയൻസെന്യേ തമസ്സെല്ലാം
സയൻസിന്നു തൊഴുന്നു ഞാൻ

●

ജാതിചികിത്സാസംഗ്രഹം

ചികിത്സചൊൽവു രണ്ടുവിധം
ജാതിരോഗം പൊറുക്കുവാൻ
പൊറുരോപണമാം ഒന്നു
മറ്റേതാന്തരശോധനം.

തൽക്കാല രാഷ്ട്രീയാവശ്യ
ഭേഷജങ്ങൾ പുരട്ടിടും
മുറി വൈദ്യം നടത്തുന്നു
ജാതിരോപണ വാദികൾ.

പുറത്തുമായില്ലും ജാതി
മാറാരോപണവേലയാൽ
വലിഞ്ഞകത്തു കോപിച്ചു
ദുർവ്വികാരങ്ങൾ കാട്ടിടും.

വീമ്പും കുശുമ്പും ദുരയും
ദേശീയത്തിൻ പ്രലാപവും
ഉള്ളിൽ വലിഞ്ഞ ജാതിക്ക്
ലക്ഷണം ചൊൽവുസൂരികൾ

അതും കൊണ്ടുനടക്കുന്നോർ
ഇവിടെ ക്രൂസലെന്നിയേ
വായ് തോരാത്ത വർഗീയം
പഴിച്ചുന്നതരാകയാം.

ജാതിപോക്കാൻ ശ്രമിക്കാതെ
ജാതീയത്തെ പഴിപ്പവർ
തീ കെടുത്താതെ ചൂടാറ്റും
പാഴ വേല പ്രചാരകർ

പുറത്തും ഉള്ളിലും ജാതി
പോക്കുന്നാന്തര ശോധനം
അതിനു ജാതിവിശ്വാസം
ഇല്ലാതാക്കണമാദ്യമായ്

ജാതിസത്യ ജാതിധർമ്മം
ജാതി ഈശ്വര കല്പിതം
ജാതി ലംഘിക്കുകിൽ പാപം
ജാതി ഭ്രഷ്ട് വിനിന്ദിതം.

ഈ വിധത്തിലെഴും മൂഢ-
വിശ്വാസങ്ങളുരുക്കുവാൻ
യുക്ത്യൗഷധം വിധിക്കുന്നു
ശോധനാമുറയോരുവോർ.

ജാതി വിശ്വാസശീലങ്ങൾ
മാറുമോനമ്മളാദ്യമായ്
മനുഷ്യനെ മനുഷ്യനായ്
കാണുമാരോഗ്യ മാർന്നിടും

ജാതിചൊല്ലി പൂർവ്വരായ
മനുക്കൾ പലമാതിരി
വിവേചനങ്ങൾ കല്പിച്ചു
വിലക്കിയമയീ മനു.

അശക്തർ ശക്തരാകാതെ
അധഃസ്ഥർ പൊങ്ങിടാതെയും
എന്നും കിടപ്പാനാണല്ലോ
പണ്ടുചെയ്ത വിവേചനം.

വിലക്കിപ്പുത്തൻ സ്മൃതിയിൽ
അതു, ജാതി നശിക്കുവാൻ
അശക്തർ ശക്തരാകാനും
അധഃസ്ഥർ പൊങ്ങിടാനുമായ്

ജാതിയാൽ ശക്തിപോയ് താണ
ജാതിരാശിക്കു പൊങ്ങുവാൻ
പഠിക്കാനും ഭരിക്കാനും
ഏതും പ്രത്യകമേകണം.

അതിനും പഴതൊപ്പിച്ചു
നരന്റെ ഗുണ ദോഷങ്ങൾ
മഹത്വാല്പത്തരങ്ങളും
അവന്റെ ജാതിനോക്കാതെ
കണ്ടിടും ജാതി പോയവർ

എത്രബുദ്ധി വളർന്നാലും
എത്ര വിദ്യ പഠിക്കിലും
ജാതി പോകാതെയാസിദ്ധി
കൈവന്നീടില്ലൊരുത്തനും
ആശംസ

കലർന്നൊന്നാകണം സർവ്വ-
ജാതിക്കാരും മതസ്ഥരും
ചൈതന്യ സുഭഗം നല്ല-
നാളെ നമ്മൾക്കു കൈവരാൻ.

ശൈഥല്യ മുക്തി ഇന്ത്യയ്ക്കു
വന്നിടാൻ ഇതുതാൻ വഴി
ഇതു കാട്ടിക്കൊടുക്കട്ടെ
ഭാരതത്തിന്നു കേരളം.

ഹിന്ദുമുസ്ലീം ക്രൈസ്തവന്മാർ
സവർണ്ണാവർണ്ണജാതികൾ
എല്ലാരുമീ കേരളത്തിൽ
എണ്ണേണ്ടോർ എണ്ണമേറുവോർ

നിർജ്ജാതിത്വം വ്യക്തിമത-
സന്ദേശംകേട്ട കേരളം
ഇവർതമ്മിൽ ചേർന്നരുകും
മൂശയായ് ശോഭതേടീട്ടും

വിവാഹവേദിയിൽ ഭിന്ന-
ജാതിക്കാരും മതസ്ഥരും
കൈകോർത്തീടാൻ വേലചെയ്യും
സംഘമേ വെൽവൃതാക നീ

ദേശം ചൊല്ലി, നിറം ചൊല്ലി,
മാനുഷ്യത്തെ തുണ്ടുതുണ്ടായി മുറിച്ചിടായ്വിൻ.

മാനുഷ്യത്തിൻ ഭദ്രതയിൽ മാനുഷത്തിൻ പൂർണ്ണതയിൽ
ലോകക്ഷേമഭാവിയെല്ലാം നിലകൊള്ളുന്നു.
മാനുഷത്തിൻ ജാതിബോധവേഗമെങ്ങുമൊഴിക്കുവിൻ
ലോകയോഗക്ഷേമസിദ്ധി കൈവരുത്തുവിൻ.

മമതകൾ, സൗഹൃദങ്ങൾ, പ്രണയങ്ങൾ, വിവാഹങ്ങൾ
ചെറുചെറു ജാതിമതവൃത്തങ്ങളുടെ
അതിരുകളതിലംഘിച്ചു ഉവാകുംസ്ഥിതിവന്നു.
'ഒരു ജാതി' മഹാദർശം വെൽവൃതാവുക.

●

അയിത്തോച്ചാടനം

തീണ്ടലും തൊടീലും ഇനി അരനിമിഷം നമ്മുടെ നാട്ടിൽനിന്നുകൂടാ. അതു ഭ്രാന്താചാരമാണ്; പാപാചാരമാണ് മനുഷ്യനെ ദ്രോഹിക്കുകയും ദൈവത്തെ നിന്ദിക്കുകയും ചെയ്യുന്ന പൈശാചികാചാരമാണ്. സകലമത സിദ്ധാന്തങ്ങൾക്കും സന്മാർഗ്ഗാദർശങ്ങൾക്കും തീരെ വിരുദ്ധമായ ദുരാചാരമാണ്. അതിന്റെ ചവിട്ടടിയിൽപ്പെട്ട് അവകാശവും അഭിമാനവും മറന്നു നാം ഇത്രനാളും കഴിച്ചുകൂട്ടി. ഇനി അതു പാടില്ല. നോക്കുക, നമ്മുടെ നാട്ടിൽ നമ്മുടെ നിലയെന്ത്? എല്ലാ രാജ്യക്കാർക്കും ജന്മഭൂമി സ്വർഗ്ഗത്തിലും വലുത്. നമുക്കോ, അതു നരകത്തിലും കഠിനം! നമുക്ക്, പട്ടിക്കും പൂച്ചയ്ക്കും നടക്കാവുന്ന പെരുവഴിയിൽ നടന്നുകൂടാ. നമ്മുടെ തടി പൊടിഞ്ഞുണ്ടാകുന്ന പണം തന്നെ ചെലവുചെയ്ത്, നാം താണവരാണെന്നു പരസ്യസ്ഥലങ്ങളിൽ പലകകൾ എഴുതിവെച്ച്, നമ്മെ കലത്തോടെ അപമാനിക്കുവാൻ നമ്മുടെ ഗവൺമെന്റുകൾക്കു സങ്കോചമില്ല. കഷ്ടം! നമ്മൾ എത്ര പഠിപ്പും പണവും ഗുണവുമുള്ളവരായാലും, വെളുത്തേടനും, അമ്പട്ടനും, അടിച്ചുതളിക്കാരിക്കും കൂടി വഴിമാറിക്കൊടുക്കണം, മിഠായി വില്ക്കാൻ വരുന്ന തുളുനാടൻപോറ്റിയും തുണിക്കെട്ടും പേറി വരുന്ന പാണ്ടിപ്പട്ടരും കൂടി നമ്മുടെ നാട്ടിൽ നമ്മൾ വെട്ടിയുണ്ടാക്കിയ റോട്ടിൽവെച്ചു നമ്മളോടു മാറാൻ ഒച്ചകാട്ടുന്നു. കൊന്തയും തൊപ്പിയും ഇടുമ്പോൾ നമുക്കു കിട്ടുന്ന സ്വാതന്ത്ര്യം, മുടിയും ഭസ്മക്കുറിയും ഉള്ളപ്പോൾ നമുക്കനുഭവിച്ചുകൂടാ. ദൈവമേ! ഇതെല്ലാം ഓർത്താൽ സഹിക്കുന്നതെങ്ങനെ? നമ്മുടെ നാട്ടിലെ അധികാരസ്ഥർക്ക് മതാഭിമാനമുണ്ടോ? സമസൃഷ്ടിസ്നേഹമുണ്ടോ? മനുഷ്യന് മനുഷ്യൻ അശുദ്ധനെന്ന അവരുടെ അന്ധവിശ്വാസവും അസൂയയും അവർ താനേ വിടുകയില്ല; നമ്മൾ വിടുവിക്കണം. നമ്മുടെ സ്വാതന്ത്ര്യം നമ്മൾ പിടിച്ചെടുക്കണം. ഇപ്പോൾ ഭൂരിപക്ഷത്തിന്റെ കാലമാണ്. നമ്മുടെ നാട്ടിൽ ഭൂരിപക്ഷം നമുക്ക്. നാട്ടിന്റെ ഐശ്വര്യാഭിവൃദ്ധിക്കു കാരണഭൂതരായ പരിശ്രമികൾ നമ്മൾ. ആ നമ്മുടെ ശ്രമഫലം എടുത്തു ചുരുക്കം ചിലർക്ക് അമ്പലവും ഊട്ടും സത്രവും നടത്തി അവരെക്കൊണ്ട് നമ്മെ'ഹാ ഹ്ഹ' വിളിച്ചു നിന്ദിപ്പിക്കുന്ന അനീതി ഇനിയും നടന്നുകൊള്ളാൻ നാം അനുവദിക്കരുത്. നമ്മെ അശുദ്ധരായി എണ്ണുന്ന നയത്തിന് നമ്മുടെ ഗവൺമെന്റുകൾ അനുകൂലിച്ചാൽ ആ അയിത്ത

ഗവൺമെന്റുകളെ അനുസരിക്കാൻ നമ്മുടെ സ്വാഭിമാനം സമ്മതിക്കുകയില്ലെന്ന് അവരെ അറിയിക്കണം. അയിത്തത്തെ ഒരു ഖണ്ഡിതമായ ശാസനം കൊണ്ടു നാട്ടിൽ ഒരു കുഴപ്പവും കൂടാതെ ഉടനെ ഇല്ലാതാക്കുവാൻ നമ്മുടെ ഗവൺമെന്റുകൾക്കു സാധിക്കും. മനുഷ്യനു മനുഷ്യനെന്നനിലയിൽ ഉള്ള പ്രാഥമികാവകാശം അനുവദിച്ചുകിട്ടുവാൻ നാം പ്രാണസങ്കടപ്പെട്ടു മുറവിളികൂട്ടീട്ടും അവർ അതു ചെയ്യുന്നില്ലെങ്കിൽ അവരെ അനീതിക്കു കൂട്ടുനിൽക്കുന്ന പ്രജാക്ഷേമഭഞ്ജകരെന്ന് എണ്ണണം.

സഹോദരരേ, കേരളം മുഴുവൻ തിങ്ങിപ്പാർക്കുന്ന നമ്മുടെ വമ്പിച്ച സമുദായം ഒന്നിച്ചുണർന്നു നമ്മുടെ നാട്ടിൽ ഇനി അയിത്തം പാടില്ലെന്ന് ഏകസ്വരത്തിൽ വാദിച്ചാൽ അതിനെ തടയാനുള്ള ശക്തിയും ധൈര്യവും ആർക്കെങ്കിലും ഉണ്ടാകുമോ? അതുകൊണ്ട് ധർമ്മസന്തതികളേ, ഉണരുവിൻ, വഴിമാറ്റുന്ന ദൈവകോപനമായ മഹാപാപം ചെയ്യാതിരിക്കിൻ. വഴിമാറ്റുന്ന ആത്മനിന്ദകമായ നീചകർമ്മമവും ചെയ്യാതിരിക്കിൻ. നമ്മെ അയിത്തിത്തിനു വഴിമാറ്റാനുള്ള അധികാരം നായർക്കില്ല. പാട്ടർക്കില്ല, രാജാവിനില്ല- ദൈവത്തിനുപോലും ഇല്ല. അയിത്തഭഞ്ജനമെന്ന പാവനമായ മഹാവ്രതം നോല്ക്കാൻ കടപ്പെട്ട പരമഭാഗ്യവാന്മാരാണ് നമ്മൾ. ഏതു നഷ്ടം സഹിച്ചും എത്ര കഷ്ടപ്പെട്ടും, വേണ്ടിവന്നാൽ പ്രാണൻ വെടിഞ്ഞും ആ മോക്ഷദായകമായ വ്രതം നാം നോല്ക്കണം. അതു നമ്മുടെ അവകാശസ്ഥാപനത്തിനുവേണ്ടി നിയമലംഘനം കൂടാതെ നടത്തുന്ന ധർമ്മസമരമാണ്. അതു നമ്മെ സ്വതന്ത്രരാക്കും. നമ്മുടെ നാടിനെ സ്വർഗ്ഗമാക്കും, നമ്മുടെ മതത്തെ ഉദ്ധരിക്കും. നമ്മുടെ നാട്ടുകാരെ ആകെ നന്നാക്കും. അടിമത്തത്തിൽ കിടന്നു തിന്നു തുലയാനല്ല മനുഷ്യജന്മമെന്ന് ഓർക്കുവിൻ. എത്ര തിന്നാലും എത്ര കാത്താലും മണ്ണായ ഈ ശരീരം മണ്ണാകും. ആ മൺകട്ടയ്ക്കുവേണ്ടി ദുർലഭമായ ആയുഷ്കാലത്തെ കളയല്ലേ! സത്യത്തിനും ധർമ്മത്തിനും വേണ്ടി ശരീരം വലിച്ചെറിയാൻ തക്ക ധർമ്മബോധം തികഞ്ഞ ശാശ്വതമായ ആത്മജീവിതം നയിക്കുവിൻ. അയിത്തപ്പിശാചിനെ ആണിതറച്ച്, അധികാര മദത്തെയും അസൂയയെയും ചെവിക്കുപിടിച്ചിഴച്ച്, അന്ധതയെയും അനാചാരത്തെയും നാമാവശേഷമാക്കി, സ്വാതന്ത്ര്യവും സമത്വവും സാഹോദര്യവും പുലർത്തുവാൻ ഇറങ്ങുവിൻ. ധർമ്മഖഡ്ഗം കൊണ്ട് അസമത്വത്തോടും പ്രത്യേകാവകാശഗണനയോടും വിജയം വരെ പടവെട്ടുവിൻ. വളരാൻ സ്ഥലവും വെളിച്ചവും കിട്ടാതെയും ചവിട്ടുകൊണ്ട് കൂമ്പൊടിഞ്ഞും മുളയിലേ നശിക്കുന്ന ലക്ഷോപലക്ഷം ആത്മാങ്കുരങ്ങൾ നമ്മുടെ ശ്രമത്താൽ തഴിച്ചുവളർന്നു സുരഭിലസുമങ്ങളെക്കൊണ്ടും മധുരഫലങ്ങളെക്കൊണ്ടും നമ്മെ അനുഗ്രഹിക്കും. നാം പാലിക്കുന്ന ധർമ്മം തന്നെ നമ്മെ പാലിക്കും. പ്രവർത്തിച്ചാലും!

●

സോഷ്യലിസ്റ്റ് പാർട്ടി

എല്ലാ കക്ഷികളുടെയും എല്ലാ ഭരണങ്ങളുടെയും പ്രസ്താവിതമായ ഉന്നം ജനങ്ങളുടെ സുഖം വർദ്ധിപ്പിക്കുക എന്നതാണ്. ജനങ്ങളുടെ സുഖം വർദ്ധിപ്പിക്കുക എന്നുവെച്ചാൽ ജനങ്ങൾക്കു നല്ല ഭക്ഷണമുണ്ടാകുക, നല്ല വീടുകളുണ്ടാകുക, വിദ്യാഭ്യാസം ഉണ്ടാകുക, വേലയുണ്ടാകുക, വിനോദമുണ്ടാകുക, വൈദ്യസഹായം ഉണ്ടാകുക എന്നൊക്കെയാണ് അർത്ഥം. ഇവയ്ക്കുള്ള സൗകര്യം ഏറ്റവും അധികം ജനങ്ങൾക്കു ചെയ്തുകൊടുക്കാൻ കഴിയുന്ന ഭരണം ഏറ്റവും ഉത്തമം. ഇവയ്ക്കുള്ള സൗകര്യം ഏറ്റവും അധികം ജനങ്ങൾക്കു നിഷേധിക്കുന്ന ഭരണം ഏറ്റവു അധമം. ഇനി ഭാരണങ്ങളെ അളക്കുന്നതു മേല്പറഞ്ഞ മാനദണ്ഡങ്ങൾവെച്ചിട്ടായിരിക്കും.

മേല്പറഞ്ഞ ഉപാധികൾ മിക്കതും സാമ്പത്തികമായ ആദർശങ്ങളെ ആശ്രയിച്ചുനിൽക്കുന്നവയാണെന്നു മനസ്സിലാക്കുവാൻ പ്രയാസമില്ല. വേറെ ഭാഷയിൽ പറഞ്ഞാൽ, അവ സാമ്പത്തികങ്ങളാണ്. അവയുടെ രാഷ്ട്രീയപ്രാധാന്യം, രാഷ്ട്രീയാധികാരം ആ ആദർശങ്ങളെ നടപ്പിൽവരുത്തുവാൻ സഹായിക്കുന്നു എന്നതുമാത്രമാണ്. അതുകൊണ്ട് ജനങ്ങളുടെ സുഖം വളർത്തുവാനുള്ള ഉദ്യമം ആദ്യം രാഷ്ട്രീയാധികാരം കൈവശമാക്കാനുള്ള ശ്രമമായും രാഷ്ട്രീയാധികാരം കരഗതമായതിനുശേഷം സാമ്പത്തികമായ മാർഗ്ഗങ്ങളിലൂടെയും നടക്കേണ്ടിയിരിക്കുന്നു. കൊച്ചിയുടെ രാഷ്ട്രീയമായ അഭിലാഷം ഉത്തരവാദിത്വഭരണം സ്ഥാപിക്കുക എന്നതാണ്. ഇവിടെ എല്ലാ കക്ഷികളും ആ അഭിലാഷത്തിൽ അഭിപ്രായ ഐക്യമുള്ളവരാണ്. ഉത്തരവാദിത്വഭരണം കൊച്ചിക്കു കരഗതമാകാൻ പോകുന്ന എല്ലാ ലക്ഷണങ്ങളുമുണ്ട്. ഈ ഘട്ടത്തിൽ കൊച്ചി ഏതു സാമ്പത്തിക ആദർശം കൈക്കൊള്ളണമെന്ന ചിന്ത അനിവാര്യമായിത്തീർന്നിരിക്കുന്നു.

ലോകത്തിൽ ജനങ്ങൾ സാമ്പത്തികമായി രണ്ടുചേരികളായി തിരിഞ്ഞിരിക്കുകയാണ്. ഇവയിൽ വലത്തുപക്ഷക്കാർ പഴയ മുതലാളിത്ത സാമ്പത്തിക ആദർശമുള്ള വരും ഇടത്തുപക്ഷക്കാർ സോഷ്യലിസ്റ്റ് ആദർശമുള്ളവരുമാണ്. ഇന്ത്യയിൽ പ്രഥമദൃഷ്ടിയിൽ മൂന്നു വിഭാഗക്കാർ ഉണ്ടെന്നു തോന്നിയേക്കാം. മിസ്റ്റർ സി. ആർ റെഡ്ഡി അഭിപ്രായപ്പെട്ടതു പോലെ ഇവിടെ വലത്തു, എടുത്തു,

വലത്തുവഴി പുറകോട്ട് തിരിഞ്ഞു (Right left and right about turn) ഇങ്ങനെ അഥവാ മുതലാളികൾ, സോഷ്യലിസ്റ്റുകൾ, ഗാന്ധിയിസക്കാർ എന്നു മൂന്നു തരക്കാർ ഉണ്ടത്രെ. ഈ മൂന്നാം തരക്കാർ വേഷം മാറിയ വലത്തുപക്ഷ ക്കാർ അഥവാ മുതലാളിത്തക്കാരാണെന്നു മനസ്സിലാകുമ്പോൾ, ഇവിടെയും മൊത്തത്തിൽ രണ്ടു കക്ഷികളേയുള്ളു എന്നു സ്പഷ്ടമാകുന്നു. മുതലാളിത്തത്തിന് ഭൂരിജനങ്ങളുടെ സുഖത്തിൽ പ്രതിപത്തി ഉണ്ടാകുക സാദ്ധ്യമല്ല. ഭൂരിസുഖത്തി നല്ല, അല്പം ചിലരുടെ സുഖത്തിനുവേണ്ടിയാണ് അതു നിലകൊള്ളുന്നത്. മുത ലാളിത്തത്തിൽ വിഭവങ്ങൾ, ജീവിതാവശ്യത്തിനുവേണ്ടി ഉള്ളതല്ല. പ്രത്യുത, അവ മുതലാളിയുടെ ആദായത്തിനുതകുന്ന കച്ചവടസാധനങ്ങൾ മാത്രമാണ്. അതുകൊണ്ട്, മുതലാളിത്തത്തിൽ ജീവിതവിഭവങ്ങളുടെ ഉൽപാദനം വർദ്ധി ക്കുമ്പോൾ വേലയില്ലായ്മയും വേലക്കാരുടെ ഇടയിൽ പട്ടിണിയും വർദ്ധിക്കു ന്നു. അങ്ങനെ സമൃദ്ധിയുടെ പിന്നിൽ ക്ഷാമമുണ്ടാകുന്നു, മുതലാളിത്തത്തിനു ഭൂരിസുഖം പുലർത്താനുള്ള സാദ്ധ്യതകളില്ല. ചരിത്രം ആവർത്തിച്ചാവർത്തിച്ച് ഈ വസ്തുത വെളിപ്പെടുത്തിക്കഴിഞ്ഞു. അതുകൊണ്ട് ജനങ്ങളുടെ പൊതുവായ സുഖം മുതലാളിത്തത്തിലൂടെ പുലർത്തിക്കൊണ്ടു പോരിക സാദ്ധ്യമല്ല.

സോഷ്യലിസത്തിന് ഈ സാദ്ധ്യതയുണ്ടോ? അതാണ് അടുത്ത പ്രശ്നം. സോഷ്യലിസത്തിന് അതു കഴിയുമെന്ന് അതിന്റെ സാമ്പത്തിക ശാസ്ത്രം പ്ര ഖ്യാപനം ചെയ്യുന്നു. ആ സാമ്പത്തിക ശാസ്ത്രം പരീക്ഷിക്കപ്പെടുന്ന റഷ്യയിലെ അനുഭവങ്ങൾ അതു തെളിയിക്കുകയും ചെയ്യുന്നു.

ആദായക്കൊതിയാണ് മുതലാളിത്തത്തിന്റെ ദോഷമെങ്കിൽ, ആദാ യക്കൊതിയുടെ അഭാവമാണ് സോഷ്യലിസത്തിന്റെ മെച്ചം. മനുഷ്യരുടെ ജീവിതവിഭവങ്ങൾ മനുഷ്യരുടെ ആവശ്യത്തിനായി ഉണ്ടാക്കപ്പെടണം. അവ മനുഷ്യരുടെ ഉപയോഗത്തിനായി വിതരണം ചെയ്യപ്പെടുകയും വേണം. സോഷ്യലിസം ഇതാണു ശാസിക്കുന്നത്. ഇത് എങ്ങനെ സാധിക്കാം? ഇതിനു രണ്ടു മാർഗ്ഗമേയുള്ളൂ. ഒന്നാമതായി ഗവൺമെന്റ് ജനങ്ങളുടേതാകണം. രണ്ടാമതായി ജീവിതവിഭവങ്ങളുടെ ഉൽപാദനവും വിതരണവും ഗവൺമെന്റു വകയോ ഗവൺമെന്റിന്റെ നിയന്ത്രണത്തോടുകൂടിയവയോ ആകണം. ഉദാഹ രണമായി ഭൂമിയെ എടുക്കാം. ഭൂമി മനുഷ്യർക്കു പാർക്കാനും കൃഷിചെയ്യാനും വേണ്ടിയുള്ളതാകുന്നു. അത് ഇന്നത്തെമാതിരി കുറേപ്പേർക്കു മാത്രം കൈവശം വയ്ക്കാനും പാട്ടം പിരിക്കാനുമുള്ളതല്ലെന്നുവരണം. അങ്ങനെ വരണമെങ്കിൽ ഭൂമിയെല്ലാം പൊതു ഉടമയിൽ സർക്കാർവകയായിത്തീരണം. അതുപോലെ തന്നെ ഭക്ഷണസാധനങ്ങൾ, തുണി മുതലായവ ഉണ്ടാക്കാനുതകുന്ന തൊഴിൽ ശാലകളും രാജ്യരക്ഷയ്ക്കുവേണ്ടിയുള്ള ആയുധങ്ങളും വെടിക്കോപ്പുകളും സൃഷ്ടി ക്കുന്ന തൊഴിൽ ശാലകളും സർക്കാർവകയാകണം.

ഇല്ലാത്തവരും ചൂഷണംചെയ്യപ്പെടുന്നവരും ബഹുഭൂരിപക്ഷക്കാരായ രാജ്യങ്ങൾക്ക് ഇനി സോഷ്യലിസംകൊണ്ടല്ലാതെ രക്ഷയില്ല. മുപ്പതുകൊല്ലം മുമ്പ് റഷ്യയിൽ സോഷ്യലിസം സ്ഥാപിക്കപ്പെട്ടത് വിപ്ലവം കൊണ്ടായിരു ന്നു. അതുകൊണ്ടു വിപ്ലവം കൊണ്ടേ സോഷ്യലിസം സാദ്ധ്യമാകൂ എന്നോ വിപ്ലവം പ്രസവിക്കുന്ന സോഷ്യലിസമേ നീണ്ടുജീവിക്കുകയുള്ളുവെന്നോ

ഉള്ള നിർബ്ബന്ധം ആവശ്യമില്ലാത്തതാണ്. ഇംഗ്ലണ്ടിൽ ഇന്നു സോഷ്യലിസ്റ്റ് ഭരണമാണല്ലോ നിലവിലുള്ളത്. അവിടെ വിപ്ലവം കൂടാതെയാണ് അതു സാധിച്ചത്. സോഷ്യലിസ്റ്റ് ഭരണത്തിനു മുമ്പേ സോഷ്യലിസ്റ്റ് തത്ത്വങ്ങളിൽ അധിഷ്ഠിതമായ ഒരു പാർട്ടി ഉണ്ടാകണം. ആ പാർട്ടി ജനങ്ങളുടെ വിശ്വാസം ആർജ്ജിക്കുകയും ആ വിശ്വാസം വഴി അവർ നിയമസഭയ്ക്കകത്തെ ഭൂരിപക്ഷ പാർട്ടിയാകുകയും വേണം. കൊച്ചി നിയമസഭയിലെ സോഷ്യലിസ്റ്റ് പാർട്ടിയെ ഒരു ബഹുജനകക്ഷിയായി സംഘടിപ്പിക്കുവാൻ ആലോചന നടന്നുവരുന്നതായി അറിയുന്നുണ്ട്. ആ ആലോചന അവസരോചിതവും ജനങ്ങളുടെ സഹായസഹകരണങ്ങളെ അർഹിക്കുന്നതുമാണെന്നു പറയുവാൻ ഞങ്ങൾ ഈ അവസരം ഉപയോഗിച്ചുകൊള്ളുന്നു.

●

ശബ്ദങ്ങൾ

നമ്മുടെ സാഹിത്യം മിക്കവാറും മുഴുവനും തന്നെ സമുദായത്തിന്റെ ഉപരിതലത്തിലെ ധനികവിഭാഗത്തിന്റെയും അതിന്റെ സമീപവർത്തികളുടെയും പ്രണയവും പ്രണയഭംഗവും തമാശകളും കൊണ്ടു നിബിഡമാകുന്നു. ആ കഥകൾ മാത്രം വെച്ചുകൊണ്ടു സമുദായത്തിന്റെ യഥാർത്ഥ സ്ഥിതിഗതികൾ മനസ്സിലാക്കുവാൻ ശ്രമിക്കുന്നവർക്ക് ശരിയായിട്ടുള്ളതു മനസ്സിലാകുകയില്ല. അതിലും താഴെയാണ് യഥാർത്ഥ സമുദായം സ്ഥിതിചെയ്യുന്നത്. അടുത്ത കാലത്തു മാത്രമാണ് നമ്മുടെ സാഹിത്യകാരന്മാർ ആ താഴ്ന്ന തലങ്ങളിൽ മുങ്ങിനോക്കാൻ ശ്രമിച്ചുതുടങ്ങിയത്. അതിന്റെ ഫലമായി നമുക്കു ലഭിച്ചിട്ടുള്ള സാഹിത്യഗ്രന്ഥങ്ങൾ സമുദായത്തിന്റെ യഥാർത്ഥരൂപവും ഉള്ളടക്കവും പ്രതിഫലിപ്പിക്കാൻ സഹായകരമായ തരത്തിലുള്ളവയായിട്ടുണ്ട്. ശ്രീ ബഷീറിന്റെ 'ശബ്ദങ്ങൾ' എന്ന പുതിയ പുസ്തകം സമുദായത്തിന്റെ അത്യഗാധമായ ആഴത്തിൽ അതിന്റെ 'നെല്ലിപ്പടി'വരെ നമ്മെ കൊണ്ടു പോകുന്നുണ്ട്. ആ യാത്രയിൽ അസുഖകരങ്ങളായ പല അനുഭവങ്ങളും നമുക്കുണ്ടാകുന്നുണ്ട്. അറപ്പും വെറുപ്പും ഉണ്ടാക്കുന്ന പല സീനുകളും നാം കാണുന്നുണ്ട്, ചിലയിടം ദുർഗ്ഗന്ധപൂരിതമാണ്. കുടൽക്കൂടി ഛർദ്ദിച്ചുപോകുന്നതരത്തിലുള്ള മനം മറിച്ചിൽ ഉണ്ടാക്കുന്നവയുമാണ്. യാത്ര ആകമാനം ഭയങ്കരവും ബീഭത്സവുമാണ്. മനുഷ്യരുടെ ചിരിയുടെയും കളിയുടെയും വേഷവിധാനങ്ങളുടെയും അടിയിൽ മറഞ്ഞുകിടക്കുന്ന പല യാഥാർത്ഥ്യങ്ങളെയും ഗ്രന്ഥകർത്താവു പുറത്താക്കുവാൻ ശ്രമിച്ചിട്ടുണ്ട്; അവർ അറിയാത്തതും അറിയിക്കാൻ മടിക്കുന്നതും ഭദ്രമായി ഗോപനം ചെയ്യാൻ ആയാസപ്പെടുന്നതുമായ പലതും അറിയിക്കാനും ശ്രമിച്ചിട്ടുണ്ട്. നമ്മുടെ സാഹിത്യത്തിലെ പഴയകൂറ്റുകാർക്ക് ഈ ശ്രമത്തിന്റെ ആവശ്യത്തെയും ഔചിത്യത്തെയും പറ്റി ഭയങ്കരമായ അഭിപ്രായവ്യത്യാസമുണ്ടാകാവുന്നതാണ്. സഭ്യതയെ അതിന്റെ ഏറ്റവും സങ്കുചിതമായ രൂപത്തിലും അർത്ഥത്തിലും മനസ്സിലാക്കി അനുഷ്ഠിച്ചുപോരുന്നവർക്ക് ഈ പുസ്തകത്തിലെ പല ഭാഗങ്ങളും നിരാശയും കാലുഷ്യം തന്നെയും ഉളവാക്കിയെന്നുവരാം. അവർ മിസ്സ് മേയോവിന്റെ 'മദർ ഇന്ത്യ'യുടെ വേറെയും പതിപ്പായി ഇതിനെ പരിഗണിച്ചെന്നു വരാം. മിസ്സ് മേയോവിനു തന്റെ ഗ്രന്ഥത്തെപ്പറ്റി പറയാനുണ്ടായ

സാധൂകരണം തന്നെയായിരിക്കാം ഗ്രന്ഥ കർത്താവിനു 'ശബ്ദങ്ങളെ'പ്പറ്റിയും പറയാനുള്ളത്.

സമുദായപരിഷ്കരണം വെറും പുറംപൂച്ചായി മാത്രം കലാശിച്ചാൽ പോരാ. അത് ആന്തരമായ ദോഷങ്ങളുടെ പരിഹാരമായി പരിണമിക്കണം. മനുഷ്യരെ വേശ്യകളായും ആൺവേശ്യകളായും കള്ളന്മാരായും കൊള്ളക്കാരായും തെണ്ടികളായും മഹാവ്യാധികളുടെ ബാസില്ലകളായും യുദ്ധത്തിന്റെ പേരിൽ കൂട്ടക്കൊല നടത്തുന്നവരായും മറ്റും മാറാൻ നിർബ്ബന്ധിതരാക്കുന്ന പരിതഃസ്ഥിതികളെ ഇല്ലായ്മ ചെയ്യുന്ന വേലയായിട്ടുകൂടി വേണം സമുദായപരിഷ്കരണവേലകൾ പ്രധാമായി നടക്കേണ്ടത്. ആ വസ്തുതയുടെ ഒരിക്കലും മറക്കാത്ത ഒരു അനുസ്മരിപ്പിക്കലാണ് 'ശബ്ദങ്ങൾ.'

ഈ പുസ്തകത്തിലെ പാത്രങ്ങളത്രയും വിസ്മൃതിയുടെ അഗാധതയിൽ ജീവിക്കുന്ന പേരും മേൽവിലാസവുമില്ലാത്ത മനുഷ്യരാണ്. ശബ്ദങ്ങൾപോലെതന്നെ യാതൊരു മുദ്രയും ലോകത്തിൽ പതിയാതെ ജീവിതാവധി കടന്നുപോകുന്നവരുമാണവർ. ആ നിലയിലും ശബ്ദങ്ങൾ എന്ന പേർ ഈ ഗ്രന്ഥത്തിനു സമുചിതമായിരിക്കുന്നു എന്നു പറയാം.

ദൈവം, മതം, ഭൂമിയുടെ ഉദ്ഭവം, യുദ്ധം, വ്യാധികൾ, സദാചാരം, സാമുദായിക കലഹങ്ങൾ എന്നിങ്ങനെ ഒട്ടനേകം വിഷയങ്ങളെപ്പറ്റി ഈ ഗ്രന്ഥത്തിൽ പ്രതിപാദിക്കാനും സൂചനാരൂപത്തിൽ അഭിപ്രായങ്ങൾ പറയാനും ഗ്രന്ഥകർത്താവു ശ്രമിച്ചിട്ടുണ്ട്.

ആകപ്പാടെ കാര്യത്തിലും രീതിയിലും 'ശബ്ദങ്ങൾ' ഒരു പുതിയ സംരംഭമാകുന്നു. അത് അതിധീരമായ ഒരു സംരംഭവുമാകുന്നു. അതിൽ ഗ്രന്ഥകർത്താവു വിജയിച്ചിട്ടുണ്ടെന്നുള്ളതിൽ സംശയമില്ല.

●

സ്വാമിസന്ദേശം

'മനുഷ്യരുടെ മതം, വേഷം, ഭാഷ മുതലായവ എങ്ങനെയിരുന്നാലും അവരുടെ ജാതി ഒന്നായതുകൊണ്ട് അന്യോന്യം വിവാഹവും പന്തിഭോജനവും ചെയ്യുന്നതിനു യാതൊരു ദോഷവും ഇല്ല' നാരായണഗുരു.

സ്വാമിയുടെ 'ഒരു ജാതി' എന്ന ഉപദേശത്തിന്റെ ഒരു വിവരണവാക്യമാണ് ഈ സന്ദേശം. ഏതെങ്കിലും പ്രകാരത്തിൽ ഭിന്നസമുദായങ്ങളായിത്തീർന്നിട്ടുള്ള ജനങ്ങൾ തമ്മിൽ വിവാഹവും പന്തിഭോജനവും പാടില്ലെന്നുള്ള സാമുദായകമായ നിയന്ത്രണ ഏർപ്പാടാണ് ജാതി. ഇത് ഉണ്ടായി ഉറയ്ക്കുന്നതു പല വഴിക്കാണ്. ഇന്ത്യയിൽ ജാതിയുടെ ആദ്യകാരണം നിറഭേദമായിരിക്കണം. വർണ്ണം എന്നു ജാതിയുടെ പേരു വന്നത് അതുകൊണ്ടായിരിക്കും. നിറത്തെ അടിസ്ഥാനപ്പെടുത്തിയുള്ള ജാതി നിർബന്ധം യൂറോപ്പിലും മറ്റും ഇപ്പോഴും ഉണ്ട്. മതഭേദം ജാതിക്കുള്ള മറ്റൊരു കാരണമാണ്. ക്രിസ്ത്യാനികൾക്കും മുഹമ്മദീയർക്കും ഇതുതന്നെയാണ് ജാതിക്കുള്ള മുഖ്യകാരണം. തൊഴിൽ, ആചാരമാറ്റം, അധികമാളുകൾ ചേർന്ന ദേശാന്തരത്തിലെ കുടിയേറിപ്പാർക്കൽ, ഇതെല്ലാം ജാതിക്കു കാരണമായിട്ടുണ്ട്. ഇപ്പോൾ ഇന്ത്യയിൽ ഇതൊന്നുമല്ല, ജാതി മാത്രമാണ് ജാതിക്കു കാരണം. ഭിന്നജാതികളായി നിൽക്കുന്നവർ ഭിന്നജാതികളായിത്തന്നെ നിൽക്കണമെന്ന വിശ്വാസവും ആചാരവും ഉറച്ചുപോയി. ആ വിശ്വാസത്തിനും ആചാരത്തിനും ജാതിമുറ അങ്ങനെയാണെന്നുള്ളതല്ലാതെ മറ്റൊരു കാരണവും ഇല്ല.

എല്ലാവിധത്തിലും ഉള്ള ജാതിയുടെയും വേരുകൾ അറുക്കത്തക്കതാണ് സ്വാമിയുടെ സന്ദേശം. മനുഷ്യരുടെ മതം, വേഷം, ഭാഷ, ദേശം, നിറം, തൊഴിൽ ഇവയൊന്നും അവരുടെ ഇടയിൽ സമുദായഭിന്നതയ്ക്ക് കാരണമാകേണ്ട ആവശ്യമില്ല. മതവിഷയമായ സത്യം എന്തുതന്നെയായിരുന്നാലും അതു സംബന്ധിച്ചുള്ള അഭിപ്രായം പലതായിരിക്കുക സ്വാഭാവികമാണ്. ഈ ഒഴിച്ചുകൂടാത്ത അഭിപ്രായഭിന്നതകൊണ്ടു മനുഷ്യർ ഭിന്നസമുദായങ്ങളാകുന്നതെന്തിന്? അവരവർക്കു ശരിയെന്നു തോന്നിയ മതവിശ്വാസം വെച്ചുകൊണ്ടിരിക്കുവാനും മതം സംബന്ധിച്ച് അന്വേഷണം നടത്തുവാനും എല്ലാവർക്കും സ്വാതന്ത്ര്യം വേണം. വിശ്വാസസ്വാതന്ത്ര്യവും വിചാരസ്വാതന്ത്ര്യവും അത്യാവശ്യമാണല്ലോ.

അതിന്മേൽ സാമുദായികമായ യാതൊരു നിയന്ത്രണവും പാടില്ല. മനുഷ്യരുടെ ശരീരാരോഗ്യത്തെ സംബന്ധിക്കുന്ന വൈദ്യശാസ്ത്രത്തിനു ഭിന്നപ്രസ്ഥാനങ്ങൾ ഉണ്ട്. അതുകൊണ്ടു മനുഷ്യർ ഭിന്നസമുദായങ്ങളാകുന്നുണ്ടോ? മനുഷ്യരുടെ മാനസികാരോഗ്യത്തെ സംബന്ധിക്കുന്നതാണ് മനഃശാസ്ത്രം. അതി ന്നു ഭിന്ന പ്രസ്ഥാനങ്ങൾ ഉണ്ടായാൽ മനുഷ്യരെന്തിനു ഭിന്നസമുദായങ്ങളാകുന്നു? മതം പ്രധാനമായി വ്യക്തികളുടെ രക്ഷയെ സംബന്ധിക്കുന്ന ഏർപ്പാടാണ്. അതു സമുദായികമാകേണ്ട ആവശ്യമേ ഇല്ല. എല്ലാവർക്കും രുചിയും സൗകര്യവും പോലെയുള്ള വേഷവും തൊഴിലും എടുക്കുവാനുള്ള സ്വാതന്ത്ര്യം വേണം. തൊഴിൽ സമുദായ അതിർത്തിക്കുള്ളിൽ പാരമ്പര്യം വഴി തുടർന്നുകൊണ്ടുപോകുന്നതു നല്ലതാണെന്ന് ഒരു അഭിപ്രായമുണ്ട്. തൊഴിൽ സ്വയമേവ പാരമ്പര്യം വഴി പിൻതുടർന്നു കൊള്ളും. അതു നല്ലതുമാണ്. അതു പാരമ്പര്യം വഴിതന്നെ തോന്നണമെന്നു നിർബന്ധം വയ്ക്കുന്നതു തൊഴിലിനും തൊഴിലുകാർക്കും ദോഷമാണ്. നിറത്തെ അടിസ്ഥാനപ്പെടുത്തിയുള്ള സമുദായവിഭജനവും അനാവശ്യമാകുന്നു. നിറം, ആകൃതി മുതലായ ബാഹ്യഭാവങ്ങളിൽ സ്ഥൂലഭിന്നതയുള്ള മനുഷ്യവർഗ്ഗങ്ങൾ തമ്മിൽ കലരുന്നതു ദോഷകരമാണെന്ന് ഒരു പക്ഷമുണ്ട്. ഇതു സ്വവർഗ്ഗം തന്നെ ഉൽകൃഷ്ടമെന്നുള്ള അഭിമാനഭ്രമം കൊണ്ട്, ശാസ്ത്രദൃഷ്ടിക്കു വൈകല്യം വരുന്നവരുടെ അഭിപ്രായമാണ്. ഭിന്നവർഗ്ഗങ്ങൾ തമ്മിൽ കലരുന്നതാണ് വർഗ്ഗാഭിവൃദ്ധിക്കു നല്ലതെന്നു വർഗ്ഗാഭിവൃദ്ധിശാസ്ത്രം പറയുന്നു. ചരിത്രവും അതുതന്നെ സമർത്ഥിക്കുന്നു. വേഷം, ഭാഷ ഇവയിലുള്ള ഭേദം മനുഷ്യരെ അകറ്റുന്നൊരു ശക്തിയാണ്. അങ്ങനെ അകന്നവരേയും അടുപ്പിക്കുവാനാണ് അകറ്റാനല്ല സമുദായനിയമം വെയ്ക്കേണ്ടത്.

മതം,നിറം, വേഷം, ഭാഷ മുതലായവകൊണ്ടുള്ള കൃത്യമായ സമുദായമതിലുകൾ ഇടിച്ചു നിരത്തി മനുഷ്യരുടെ ഇടയിൽ സാമുദായികമായ സമത്വവും ഐക്യവും സ്ഥാപിക്കുവാനുള്ള ഏറ്റവും മുഖ്യമായ ഉപായം ഈ കാരണങ്ങൾ മൂലം ഭിന്നസമുദായങ്ങളായി നിൽക്കുന്നവർ തമ്മിൽ വിവാഹവും പന്തിഭോജനവും നടപ്പാക്കുകയാണ്. ഇതു ഒരു വിധത്തിൽ വ്യക്തി സ്വാതന്ത്ര്യ സ്ഥാപനമാകുന്നു. വിവാഹവും പന്തിഭോജനവും വ്യക്തികളെ പ്രത്യേകം സംബന്ധിക്കുന്ന കാര്യങ്ങളാണല്ലോ. അതു രണ്ടും ഇഷ്ടവും സൗകര്യവും ആവശ്യവും പോലെ ചെയ്യുവാൻ അവർക്കു വിട്ടുകൊടുക്കുകയാണ് നല്ലത്. സമുദായത്തിന്റെ അതിർത്തിക്കുള്ളിലേ പന്തിഭോജനവും വിവാഹവും പാടുള്ളൂ എന്ന സമുദായനിയന്ത്രണം ആവശ്യമില്ല. രക്തസാമീപ്യം മുതലായ ദോഷങ്ങൾ വരാതെ നോക്കണമെന്നല്ലാതെ വിവാഹപരിധി സമുദായാതിർത്തിക്കുള്ളിൽ സങ്കുചിതമാകുന്നതു പല വിധത്തിലും ഹാനികരമാകുന്നു.

സങ്കരവിവാഹവും സങ്കരഭോജനവും ആണ് സ്വാമി സന്ദേശത്തിന്റെ അടിസ്ഥാനതത്വം. ഭാരതീയരുടെ ഐക്യം ഇതു രണ്ടും കൊണ്ടേ ഉണ്ടാകയുള്ളൂ എന്നാണ് ടാഗോറും പറയുന്നത്. സമുദായങ്ങൾ ഭിന്നങ്ങളായി നിന്നാൽ വിരോധമില്ല. അവ തമ്മിൽ മത്സരവും സ്പർദ്ധയും മേലുകീഴവിചാരവും ഇല്ലാതിരുന്നാൽ മതി എന്ന് ഒരു കൂട്ടർ പറയുന്നുണ്ട്. ഇവർ മനുഷ്യസ്വഭാവത്തിന് ഇല്ലാത്ത ഗുണങ്ങൾ അതിന്ന് ഉണ്ടാകണമെന്നു പറയുന്നവരാണ്.

മനുഷ്യരുടെ ഇടയിലുള്ള വർഗ്ഗീയമത്സരങ്ങളും മറ്റും അവർ ഭിന്നവർഗ്ഗങ്ങളായി നിൽക്കുന്നതുകൊണ്ടുണ്ടാകുന്നതാണ്. അവർ ഒരുമിക്കാതെ അതൊന്നും പോകയില്ല. ജാതിവിഭാഗങ്ങൾ ഒരിക്കലും ഇല്ലാതാകയില്ല. അതുകൊണ്ടു ജാതി ഇല്ലാതാക്കുവാനുള്ള ശ്രമമേ ആവശ്യമില്ലെന്നാണ് ഇവരുടെ അഭിപ്രായം. ഭിന്നസമുദായങ്ങളായിത്തീരുന്ന സ്വഭാവം മനുഷ്യവർഗ്ഗത്തിന് ഒഴിച്ചുകൂടാത്താണെന്നിരുന്നാൽതന്നെയും അതു വളർത്തുവാനല്ല കുറയ്ക്കുവാനാണ് ശ്രമിക്കേണ്ടത്. ജാതികളെ കൂട്ടുവാനും നിലനിർത്തുവാനുമല്ല അതു കുറയ്ക്കുവാനും കഴിയുമെങ്കിൽ തീരെ ഇല്ലാതാക്കുവാനും തന്നെ ആയിരിക്കണം നമ്മുടെ ശ്രമവും ആദർശവും.

സ്വാമിസന്ദേശം ഇപ്പോൾ എല്ലാംകൊണ്ടും നമ്മുടെ രാജ്യത്തിന് അത്യാവശ്യമായിരിക്കുന്ന ഒരു ഉപദേശമാണ്. അതിന്റെ അടിസ്ഥാനതത്വങ്ങൾ ആർക്കും അഭിപ്രായവ്യത്യാസമുള്ളവയല്ല. പേഴ്സണൽ റിലിജ്യൻ, ഇൻഡിവിട്ടുവൽ ലിബർട്ടി, യൂണിവേഴ്സൽ ബ്രദർഹുഡ് എന്നീ ഇംഗ്ലീഷ് പദങ്ങൾ അന്തർഭവിച്ചിരിക്കുന്ന തത്വങ്ങൾ ആരു നിഷേധിക്കും? ആ തത്വങ്ങൾ മതസംബന്ധവും സാമുദായികവുമായ കാര്യത്തിൽ പ്രായോഗികമാക്കാൻ മാത്രമാണ് സ്വാമി പറയുന്നത്. ഈ അഭിപ്രായം പറഞ്ഞു തുടങ്ങിയിട്ടു നാൽപതു കൊല്ലത്തോളമായി. ഇനിയും അതു പരക്കാനുള്ള ശ്രമങ്ങൾ ഊർജ്ജിതപ്പെട്ടിട്ടില്ല. സ്വാമിയുടെ ഭക്തന്മാരും അനുയായികളുമെന്നഭിമാനിക്കുന്ന നമുക്ക് അതു വലിയ പോരായ്മയാണ്. ഇതാ ഒരു പുതിയ ആണ്ടും നൂറ്റാണ്ടും തുടങ്ങി. നമ്മുടെ പുതുവർഷസന്ദേശം ഈ സ്വാമി സന്ദേശമായിരിക്കട്ടെ. ഈഴവയുവാക്കൾക്ക് ഈ സന്ദേശം നടപ്പാക്കുന്നതിനോളം വലിയ ലോകശുശ്രൂഷയും സമുദായസേവനവും ധർമ്മപ്രചരണവും ഈ അവസരത്തിൽ വേറെ ചെയ്യാനില്ല. ഈ സന്ദേശത്തിൽ പറയുന്നതുപോലെയുള്ള ഒരു സമുദായസ്ഥിതി വന്നല്ലാതെ ജാതിശല്യങ്ങൾ മുഴുവൻ തീരുകയില്ല. ജാതികൃതമായ ബുദ്ധിമുട്ടികൾ ഒഴിവാക്കുവാനാണല്ലോ ഈഴവരുടെ ഇപ്പോഴത്തെ മുഖ്യശ്രമം. അതിന്ന് ഉത്തമമായ പ്രവൃത്തിമാർഗ്ഗം ഈ സന്ദേശം അനുസരിച്ചുള്ള ജീവിതരീതി നടപ്പിൽ വരുത്തുകയാണ്. ഇത് ഈഴവർക്കുമാത്രമുള്ള ഒരു പ്രവൃത്തിയായിരിക്കുകയില്ല. ഇവിടത്തെ സകല ജാതികളെയും ഒരു സമുദായമാക്കാനും ഭിന്നമതങ്ങൾ തമ്മിലുള്ള മത്സരങ്ങളെ ഇല്ലാതാക്കുവാനും ഈ സന്ദേശപ്രചാരണം സഹായിക്കും. അതുകൊണ്ട് ഇത് ഈഴവർക്കുമാത്രമല്ല, ഹിന്ദുക്കൾക്കു മാത്രമല്ല, സകലർക്കും വേണ്ടിയുള്ള പ്രവൃത്തിയായിരിക്കും. എങ്കിലും അതിന്ന് ആദ്യം ഇറങ്ങാവുന്നതും ഇറങ്ങേണ്ടതും ഈഴവരാണ്. കേരളത്തിൽ ഈഴവരുടെ ഇടയിൽനിന്ന് ഈ സന്ദേശം പുറത്തുവന്നതു യാദൃച്ഛികമായിട്ടല്ല. ഉണ്ടാകേണ്ട സ്ഥലത്തു തന്നെയാണ് അതുണ്ടായത്. ഏറ്റവും ചുരുങ്ങിയ സ്ഥലത്ത് ഏറ്റവും അധികം മതങ്ങൾ പ്രാബല്യത്തിലുള്ള രാജ്യം കേരളം പോലെ വേറെയില്ല. ഇവിടെ ഹിന്ദുക്കൾ പണ്ടേ പ്രബലരാണ്. ഇപ്പോൾ ക്രിസ്ത്യാനികളുടേയും മുഹമ്മദീയരുടേയും പ്രാബല്യത്തിനു കുറവില്ല. ജൂതന്മാർ ഇവിടെ മറ്റു രാജ്യങ്ങളിലേക്കാൾ പ്രാബല്യം കുറഞ്ഞവരല്ല. സുരാഷ്ട്രരും ജൈനരും ഇവിടെ ഉണ്ട്. ബ്രഹ്മസമാജം മുതലായ നവീകരണ പ്രസ്ഥാനക്കാർ ഇവിടെ വേല തുടങ്ങീട്ടു കുറെ ആയി. ഈയിടെയായിട്ട് ആര്യസമാജവും ബുദ്ധമതവും

പ്രചാരണവേല തുടങ്ങിയിരിക്കുന്നു. ചുരുക്കത്തിൽ കേരളത്തിൽ എത്താത്ത മതമില്ല. ഭിന്നമതക്കാർ ഏതാണ്ടു തുല്യപ്രാബല്യത്തിൽ പാർക്കുന്ന ഏക രാജ്യമാണ് കേരളം. മറ്റു രാജ്യങ്ങളുടെ സ്ഥിതി ഇതല്ല. യൂറോപ്പ് മുതലായ രാജ്യങ്ങളിൽ ക്രിസ്തുമതത്തിനു പ്രധാന്യം; ചൈന, ജപ്പാൻ മുതലായ രാജ്യങ്ങളിൽ ബുദ്ധമതത്തിനു പ്രാധാന്യം; തുർക്കി മുതലായ രാജ്യങ്ങളിൽ ഇസ്ലാംമതത്തിനു പ്രാധാന്യം- ഇങ്ങനെ ഇന്ത്യയൊഴിച്ചുള്ള എല്ലാ രാജ്യങ്ങളും ഏകമതപ്രധാനങ്ങളാണ്. ഭിന്നമതങ്ങൾക്കു പ്രാധാന്യമുള്ളത് ഇന്ത്യയിൽമാത്രമാണ്. ഇന്ത്യയിലും വിശേഷിച്ച് ആ സ്വഭാവം പൂർണ്ണമായിട്ടുള്ളതു കേരളത്തിലാണ്. ഇന്ത്യയിലെ ജാതിഏർപ്പാടിന്റെ സകലലക്ഷണങ്ങളും തികഞ്ഞിട്ടുള്ള സ്ഥലവും കേരളമാണ്. കേരളത്തിന്റെ ഈ പ്രത്യേകതയാണ് ശ്രീനാരായണഗുരു സ്വാമികളെ സൃഷ്ടിച്ച പരിതസ്ഥിതി. ഇവിടെ ഭിന്നമതക്കാരെ രഞ്ജിപ്പിൽ കൊണ്ടുവരേണ്ട ആവശ്യം വളരെയുണ്ട്. ജാതിബാധയുടെ ശല്യങ്ങൾ കശലാകകൊണ്ടു ജാതി ഇല്ലാതാക്കേണ്ട ആവശ്യവും ഉണ്ട്. ഭിന്നമതങ്ങളെ താരതമ്യം ചെയ്തു പഠിക്കാനും ജാതിയുടെ നാനാമുഖങ്ങളെക്കണ്ടു മനസ്സിലാക്കാനും ഇവിടത്തെപ്പോലെയുള്ള സൗകര്യം വേറെ എങ്ങും ഇല്ല. ഈ രണ്ടു കാര്യങ്ങളിലും ഈഴവർ പ്രത്യേകം ശ്രദ്ധാലുക്കളാകാൻ പല കാരണങ്ങളുമുണ്ട്. ജാതിമൂലവും മത മൂലവും ഉള്ള ബുദ്ധിമുട്ടുകൾ ഈഴവരോളം മറ്റാരും അനുഭവിച്ചറിയുന്നില്ല. അതുകൊണ്ടു ജാതിയേയും മതത്തേയും പറ്റി പല വഴിക്കും ചിന്തിക്കുവാൻ അവർക്ക് ആവശ്യവും സൗകര്യവും നേരിട്ടു. കേരളത്തിലേയും അതിലും പ്രത്യേകിച്ച് ഈഴവരുടെയും മുൻപറഞ്ഞ പ്രത്യേകമാതിരി പരിതസ്ഥിതികളാണ് സ്വാമികളെ സൃഷ്ടിച്ചത്. അദ്ദേഹം ഇവിടുത്തെ ഒരു ഘുണാക്ഷരമല്ല. ഇവിടത്തെ പരിതസ്ഥിതിക്കു സ്വാമിയുടെ മതാദർശവും സമുദായാദർശവും ഉള്ള ഒരു മഹാപരിഷ്കാരപ്രവർത്തകൻ ഉണ്ടാകാതിരിക്കുവാൻ നിവൃത്തിയില്ല.

പണ്ടു ബുദ്ധന്റേയും ക്രിസ്തുവിന്റേയും നബിയുടേയും സന്ദേശങ്ങൾ അവരുടെ അനുയായികൾ ലോകക്ഷേമത്തിന്നായി പരത്തിയതുപോലെ സ്വാമികളുടെ ഈ സന്ദേശം നമ്മളും ലോകക്ഷേമത്തിന്നായി പരത്തണം. ഈഴവർക്കു മാത്രമായിട്ടല്ല ഇതിനെ പരത്തേണ്ടത്. ഇവിടത്തെ രാജാക്കന്മാർക്കും ബ്രാഹ്മണർക്കും നായന്മാർക്കും അരയന്മാർക്കും പുലയന്മാർക്കും നായാടികൾക്കും ക്രിസ്ത്യാനികൾക്കും മുഹമ്മദീയർക്കും എല്ലാം ഈ സന്ദേശം ഉപദേശിക്കണം. ഇത് എല്ലാവർക്കും വേണ്ടിയുള്ള ഉപദേശമാണ്. മറ്റു സമുദായങ്ങളുടെ സഹായത്തിന്നായി കാത്തുകൊണ്ടുകയല്ല നാം ചെയ്യേണ്ടത്. ഈ കാലത്തേയ്ക്കും ഈ രാജ്യത്തേയ്ക്കും എത്രയും ആവശ്യമായിരിക്കുന്ന സ്വാമിസന്ദേശം ഉപദേശിച്ച് അന്ധവിശ്വാസത്തിൽ നിന്നും അനാചാരത്തിൽ നിന്നും സകലരേയും ഉദ്ധരിക്കുകയും രാജ്യത്ത് ഐക്യവും സ്വാതന്ത്ര്യവും ഐശ്വര്യവും പുനഃസ്ഥാപിക്കുകയും ചെയ്യേണ്ടവരാണ് നമ്മൾ. ഓരോ സമുദായക്കാരും അവരുടെ ഇടയിലെങ്കിലും ആദ്യമായി ഈ ഏകജാതിസന്ദേശം പരത്തണം. ഓരോ ജാതിക്കാർക്കും തങ്ങളിൽ അന്യജാതിക്കാരെ ചേർക്കാനും അന്യജാതിക്കാരോടു ചേരാനും വിരോധമില്ലാത്ത വിശ്വാസസ്ഥിതിയും ആചാരസമ്പ്രദായവും ഉണ്ടാകണം. അതിന്നായി ജാതിയും അയിത്തവും ഇല്ലാതാക്കുവാനുന്ന ആഗ്രഹിക്കുന്നവർ അവരവരുടെ രാജ്യങ്ങളിലും വീടുകളിലും ആദ്യമായി

സത്യാഗ്രഹം തുടങ്ങണം. അത് തുടങ്ങിയാൽ പെരുവഴിയിൽ സത്യാഗ്രഹം തുടങ്ങേണ്ട ആവശ്യം വരികയില്ല. ജാതിശല്യം മുഴുവൻ പോകണമെങ്കിൽ ജാതി മുഴുവനേ പോകണം. അയിത്തം മാത്രം ഇല്ലാതാക്കാനല്ല ജാതിതന്നെ ഇല്ലാതാക്കാനാണ് നാം ശ്രമിക്കേണ്ടത്. പക്ഷേ അന്യന്മാരുടെ അയിത്തം കളയിച്ച ജാതിശല്യം ഇല്ലാതാക്കാനുള്ള ശ്രമത്തേക്കാൾ കൂടുതലായ ത്യാഗവും ധൈര്യവും സ്ഥിരതയും അവരുടെ ജാതി കളയാനായി സ്വഗൃഹങ്ങളിലും സ്വസമുദായങ്ങളിലും ചെയ്യേണ്ടത് ആവശ്യമാണ്. ഇതാണ് അധികം ഫലപ്രദമായ പ്രവൃത്തിമാർഗ്ഗം. സ്വാമിസന്ദേശപ്രചാരണത്തിനു പ്രവർത്തിക്കേണ്ടത് ഈ മാർഗ്ഗത്തിലൂടെയാണ്. ഈഴവരെങ്കിലും ഈ സന്ദേശം മുഴുവൻ സ്വീകരിച്ച ജാതിയില്ലാത്തവരായിത്തീർന്നാൽ പിന്നെ ഇവിടെ ജാതിക്ക് അധികകാലം നിൽക്കാൻ സാധിക്കുമോ? അവരവരെ നന്നാക്കുന്നവർക്കു മറ്റുള്ളവരേയും നന്നാക്കാൻ സാധിക്കും, മറ്റുള്ളവരെ നന്നാക്കാൻ മാത്രം നോക്കുന്നവർക്ക് അവരവരെക്കൂടി നന്നാക്കുവാൻ സാധിക്കുകയില്ല. സ്വാമി നമ്മളോട് ആദ്യം നമ്മളെ നന്നാക്കുവാൻ പറയുന്നു. നമ്മളെ നന്നാക്കിയാൽ അതായതു നമ്മുടെ ജാതി ഇല്ലാതാക്കിയാൽ നമുക്കു മറ്റുള്ളവരുടേയും ജാതി ഇല്ലാതാക്കുവാൻ ശക്തി വരും.

(1925)

●

അനുബന്ധം രണ്ട്
സഹോദരൻ അയ്യപ്പനെ കുറിച്ച്

എന്റെ മാസ്റ്റർ

പി. കേശവദേവ്

കൊച്ചിയിലെ ജൂതത്തെരുവ് എപ്പോഴും ശബ്ദബഹുലമാണ്. ആ ശബ്ദങ്ങളെയെല്ലാം അതിക്രമിക്കുന്ന ഒരു പൊട്ടിച്ചിരി കേൾക്കാം. 'സഹോദരൻ' വാരികയുടെ ആഫീസ്സിന്റെ താഴത്തെനിലയിൽ ചീട്ടുകളിച്ചുകൊണ്ടിരിക്കുന്ന സഹോദരൻ അയ്യപ്പന്റെ പൊട്ടിച്ചിരിയാണത്.

ടി.സി ഗോപാലന് അതത്ര ഇഷ്ടമല്ല- മാസ്റ്റർ ചീട്ടുകളിക്കുന്നത്. തന്റെ പത്രാധിപർ, തന്റെ നേതാവ്, തന്റെ ആരാധനമൂർത്തി അങ്ങനെ ചീട്ടുകളിക്കുകയോ! അതിലും വിശേഷിച്ച് വെറും സാധാരണക്കാരോടു കൂടി!! "മാഷിങ്ങനെ ചീട്ടുകളിച്ചുകൊണ്ടിരുന്നാൽ..." ഗോപാലൻ മുറുമുറുക്കും.

സാമ്പത്തികമായി കഠിനയാതനകൾ സഹിച്ചുകൊണ്ടാണ്, "സഹോദരൻ'' പത്രം ഓരോ ആഴ്ചയും കൃത്യമായി പ്രസിദ്ധീകരിച്ചുകൊണ്ടിരുന്നത്. ആ യാതനകളുടെ അധികപങ്കും, ഗോപാലൻതന്നെ വഹിക്കേണ്ടിയുമിരുന്നു. മാറ്റർ കമ്പോസ് ചെയ്യാൻ കൊടുത്തതിനുശേഷമാണ് കടലാസിനു കാശന്വേഷണം തുടങ്ങുന്നത്. വല്ലവിധേനയും പത്രം അടിച്ചു കഴിഞ്ഞാൽ പിന്നെ അതു വരിക്കാർക്ക് അയച്ചുകൊടുക്കാനുള്ള സ്റ്റാമ്പിനു പണമന്വേഷിക്കണം. ഓരോ ആഴ്ചയിലും ആ പ്രയാസങ്ങളിൽ കൂടി നുഴഞ്ഞുകയറേണ്ടതു ഗോപാലനാണ്.

കമ്പോസിറ്റർമാരായ വാസുവും രാമൻമേനോനും ചിലപ്പോൾ ഗോപാലന്റെ അടുത്തുവന്നുനിന്ന് തലചൊറിയും. അവർക്കും കുറച്ചു കാശുവേണം. ചിലപ്പോൾ അവർ പരിഭവം പറയും; ചിലപ്പോൾ മുറുമുറുക്കുകയും ചെയ്യും. അവരിരുവരും വെറും കമ്പോസിറ്റർമാരല്ല. സഹോദരന്റെ ആദർശങ്ങളിൽ

വിശ്വസിക്കുന്നവരാണവർ. ആ ആദർശങ്ങൾ പുലരുവാൻ വേണ്ടി ത്യാഗങ്ങൾ സഹിക്കുവാൻ സന്നദ്ധതയുമുണ്ടവർക്ക്. പക്ഷേ അവർക്കുമുണ്ട് വായും വയറും. ഗോപാലനോടല്ലാതെ മറ്റാരോടാണവർ പരാതിപ്പെടുക! മാസ്റ്ററോടു പണസംബന്ധമായ കാര്യങ്ങൾ പരാതിപറഞ്ഞിട്ടു കാര്യമില്ല. അദ്ദേഹത്തിന്റെ കയ്യിൽ ഒരിക്കലും പണം സൂക്ഷിക്കുന്ന പെട്ടി ഉണ്ടായിരുന്നില്ല.

"നാളെ അൻപതുറുപ്പ മണിയോർഡർ വരും മേനോന്റെയും വാസുന്റേയും കണക്കുതീർത്ത് കാശു തന്നേയ്ക്കാം." ഗോപാലൻ തെല്ലൊരു ഗൗരവത്തോടുകൂടിയാണ് അങ്ങിനെ പറയുന്നത്. മോനോനും വാസുവിനും അറിയാം, അതു നുണയാണെന്ന്. നുണയാണെന്ന് അവർക്കറിയാമെന്ന് ഗോപാലനും അറിയാം. പക്ഷേ, അങ്ങിനെയൊരു നുണപറയുകയല്ലാതെന്തുചെയ്യും!

വാസുപറയും! - "നാളെ അമ്പതുറുപ്പ വരുന്നത് ഗോപാലച്ചേട്ടൻ എടുത്തോ. ഇന്ന് ഞങ്ങൾക്ക് ഓരോറുപ്പയിങ്ങ് താ" വാസു ചിരിക്കും. ഞങ്ങളെല്ലാവരും പൊട്ടിച്ചിരിക്കും. തുല്യദുഃഖിതരുടെ പൊട്ടിച്ചിരിയാണത്. ഞാൻ എഴുന്നേറ്റ് കോവണിയിറങ്ങും, മാസ്റ്ററുടെ ചീട്ടുകളികാണാൻ.

സഹോദരൻ വാരികയുടെ ഓണററി മാനേജരായ രാമൻ വൈദ്യന്റെ മേശക്കു ചുറ്റും ഒരു വലിയ സദസ്സിനെ കാണാം. മട്ടാഞ്ചേരിയിലെ ചില തൊഴിലാളികളും മുപ്പന്മാരുമുണ്ടാകും, ആ സദസ്സിൽ ഇടതുകയ്യിൽ വിതിർത്തുപിടിച്ചിരിക്കുന്ന ചീട്ടിൽ ഉറ്റുനോക്കിക്കൊണ്ടിരിക്കുന്ന മാസ്റ്ററെ കണ്ടാൽ തോന്നും സാമൂഹ്യവിപ്ലവത്തിലെ അതുല്യനായ ആ നേതാവ് സമരരംഗത്തിൽ നിൽക്കുകയാണെന്ന്. ഞാൻ അദ്ദേഹത്തിന്റെ പിറകിൽ ചെന്നുനിൽക്കും.

കേരളത്തിന്റെ ചിന്താശക്തിയെ പിടിച്ചു കുലുക്കുവാൻ കഴിഞ്ഞ ആ മനുഷ്യനെ അടുത്തറിയണമെങ്കിൽ അദ്ദേഹത്തിന്റെ ചീട്ടുകളി കാണുകതന്നെവേണം. എതിരാളി ചീട്ടിറക്കിക്കഴിഞ്ഞാലുടൻ അറിയാം, മാസ്റ്റർ അത് വെട്ടുമോ എന്നും, പെരിശു ശീട്ടിട്ടു പിടിക്കുമോ എന്നും. ശീട്ടിറക്കാനുള്ള തന്റെ മുറവരുമ്പോൾ, പെരുശു ശീട്ടോ, തുറുപ്പുശീട്ടോ എടുത്ത്, എഴുന്നേറ്റുനിന്ന് എതിരാളിയെ വെട്ടുന്നതുപോലെ ആഞ്ഞൊരടി അടിക്കും. എന്നിട്ട്, ഒരു പൊട്ടിച്ചിരിയും! ഒരു കുട്ടിയുടെ നിർദ്ദോഷമായ കുസൃതിത്തരമുണ്ട്, ആ പൊട്ടിച്ചിരിയിൽ.

ചില കളിക്കാർ എതിരാളിയുടെ ശീട്ടുവെട്ടുന്നതുകണ്ടാൽ തോന്നും, പതുങ്ങിയിരുന്ന് കുത്തുകയാണെന്ന്. അശ്രദ്ധാഭാവത്തിൽ അവർ തുറുപ്പുശീട്ട് പതുക്കെ ഇടുകയേ ഉള്ളൂ. എന്നിട്ട് "ഇതെല്ലാം എനിക്കുനിസ്സാരം" എന്ന ഭാവത്തിലൊന്നു മന്ദഹസിക്കും. മറ്റു ചിലരുണ്ട്, കള്ളവെട്ടുവെട്ടുന്നവർ. ഇനം കയ്യിൽ വച്ചുകൊണ്ട് തുറപ്പുശീട്ടെടുത്ത് ഒരു സങ്കോചവുമില്ലാതെ വെട്ടും. അത്തരക്കാരോടെല്ലാം മാസ്റ്റർക്ക് കഠിനമായ വെറുപ്പാണ്. കള്ളക്കളി കളിച്ച് ജയിക്കുന്നത് ജയമാണെന്ന് അദ്ദേഹം സമ്മതിക്കുകയില്ല. ഏതു സമരത്തിനുമുണ്ട്, സാന്മാർഗ്ഗികമായ നീതികളും നിയമങ്ങളും. അതിനെ ലംഘിക്കുന്നത് മാസ്റ്റർ പൊറുക്കുകയില്ല. അക്കൂട്ടരുടെ നേരെ അദ്ദേഹം ഗർജ്ജിക്കുകതന്നെ ചെയ്യും. ചീട്ടുകളി തുടങ്ങുമ്പോൾതന്നെ അദ്ദേഹം പറയും. കള്ളക്കളി അനുവദിക്കുകയില്ലെന്ന്. എതിരാളികളെ നേരിട്ടെതിർക്കുന്നതിനുള്ള ധീരതയും, സത്യസന്ധതയുമുണ്ടദ്ദേഹത്തിന്ന്.

മാസ്റ്റർ ശീട്ടുകളിയിൽ തോൽക്കുന്നതാണെനിക്കിഷ്ടം. തോറ്റാൽ പിന്നെ, പടയാളിയായ അയ്യപ്പനെ കാണാം. പൊട്ടിച്ചിരികളില്ല, ഗർജ്ജനങ്ങളില്ല, ജയമെന്നും തോൽവിയെന്നുമുള്ള പ്രശ്നവുമില്ല. സമരമാണ് പിന്നെ, മറ്റു ജോലികളെല്ലാം മറക്കും. പരിസരങ്ങൾ പോലും മറന്നുപോകും.

ഒരു ദിവസം ജർമ്മൻകാരനായ ഒരു സായ്പ് മാസ്റ്ററെ കാണാൻ വന്നു. ശീട്ടുകളിക്കുന്ന മുറിയിൽ കൂടി വന്നാലേ, മുകളിലേക്കുള്ള കോവണി കയറാൻ സാധിക്കൂ. സാമൂഹ്യവിപ്ലവകാരിയായ കെ. അയ്യപ്പനെക്കണ്ട് സംസാരിക്കുവാൻ അദ്ദേഹത്തിന്റെ ആപ്പീസ്സിൽ കേറിവന്ന സായ്പ് അവിടെ ഒരു തൊഴിലാളി യോഗം നടക്കുന്നത് കണ്ട് അമ്പരന്നു.

“മിസ്റ്റർ അയ്യപ്പൻ?....'' സായ്പ് ആ സദസ്സിനോടു ചോദിച്ചു. മാസ്റ്ററുടെ പിറകിൽ, ചുമർ ചാരി നിന്നിരുന്ന ഞാൻ സായിപിനേയും കൂട്ടിക്കൊണ്ട് മുകളിലേക്കു പോയി. ശീട്ടുകളിയിൽ ഏകാഗ്രനായിരുന്ന മാസ്റ്റർ അതൊന്നുമറിഞ്ഞില്ല. കുറെ നേരം കഴിഞ്ഞപ്പോൾ, രാമൻ വൈദ്യർ മാസ്റ്ററെ പറഞ്ഞയച്ചു ആഫീസിലേക്ക്. ഞങ്ങൾ കുറേ നേരം സംസാരിച്ചു. ഫാസിസത്തിന്റെ തീച്ചൂളയിൽ ഉരുകിക്കൊണ്ടിരിക്കുന്ന ജർമ്മനിയെപ്പറ്റി സായ്പ് പറഞ്ഞപ്പോൾ മാസ്റ്റർ പറഞ്ഞു, ഇന്ത്യൻ സാമൂഹ്യഘടനയിൽ ഫാസിസമുണ്ടെന്ന്. ഫാസിസം യഹൂദരെ കൊല്ലുന്നതു പോലെ, ഇന്ത്യയിൽ സവർണ്ണ ഹിന്ദുക്കൾ അയിത്ത ജാതിക്കാരെ ശതാബ്ദങ്ങളായി ‘കൊല്ലാതെ കൊന്നു’ കൊണ്ടിരിക്കുകയാണെന്ന്.

സായ്പ്, ഫാസിസത്തിൽ നിന്ന് നരവംശശാസ്ത്രത്തിലേക്കു സംഭാഷണത്തെ തിരിച്ചുവിട്ടു. ഓരോരുത്തരുടേയും മുഖത്തിന്റെ ആകൃതിനോക്കി അയാൾ പറയും. ഏതു ഗണത്തിൽപ്പെട്ടതാണെന്ന്: ആര്യഗണം. മംഗോളിയൻ ഗണം. ഹിന്ദുഗണം, അറേബ്യ ൻ ഗണം-മനുഷ്യരിൽ അങ്ങിനെ പല ഗണങ്ങളുമുണ്ടത്രെ. മാസ്റ്റർ യഥാർത്ഥ ഹിന്ദുഗണമാണെന്നും ഞാൻ അറേബ്യൻ ഗണമാണെന്നുമാണ് ആ ശാസ്ത്രകാരൻ പറഞ്ഞത്.

സായ്പ് പൊയ്ക്കഴിഞ്ഞപ്പോൾ മാസ്റ്ററ് ശീട്ടുകളിസമരം തുടരാൻ പോയി; അതു കാണാൻ ഞാൻ പിറകേയും.

എല്ലാവരേയും സ്നേഹിക്കുവാൻ എനിക്കു കഴിയും. ആരേയും ബഹുമാനിക്കുവാൻ എനിക്കു കഴിയുകയില്ല. എന്റെ ജീവിതത്തിന്റെ വിജയവും പരാജയവും അതാണ്.

പക്ഷേ, ചിലരെ-അപൂർവ്വം ചിലരെ മാത്രം- ബഹുമാനിക്കാതിരിക്കാൻ എനിക്കു സാദ്ധ്യമല്ല. അവരിലൊരാളാണ് എന്റെ മാസ്റ്റർ സഹോദരൻ അയ്യപ്പൻ

●

സഹോദരൻ : ഒരു ധീരാത്മാവ്

വി.ടി. ഭട്ടതിരിപ്പാട്

കുട്ടികളുടെ ഇളംചുണ്ടുപോലെയാണ് മനുഷ്യഹൃദയം. ക്ഷണത്തിൽ പുഞ്ചിരികൊള്ളും; പിളുത്തിക്കരയുകയും ചെയ്യും. സഹോദരൻ അയ്യപ്പന്റെ അഭാവത്തെപ്പറ്റി ഓർക്കുമ്പോൾ എന്റെ മനസ്സ് വ്യാകുലപ്പെടുകയാണ്. അദ്ദേഹത്തിന്റെ സ്മേരവദനം നാമിനി കാണുകയില്ല. നമ്മെ ആവേശം കൊള്ളിക്കുമാറ് ആത്മാർത്ഥത തുളുമ്പുന്ന ആ പ്രസംഗം കേൾക്കുകയില്ല. ആ മൃതശരീരം ആറടിമണ്ണിൽ അമർന്നു കഴിഞ്ഞു. മരണാനന്തരം ഒരാത്മാവ് അവശേഷിക്കുമെന്ന് പറയപ്പെടുന്നു. ഞാനത് വിശ്വസിക്കുന്നില്ല. അതിനാൽ അദ്ദേഹത്തിന്റെ ആത്മശാന്തിക്കായി പ്രാർത്ഥിക്കേണ്ടതുമില്ല. പക്ഷേ, മറ്റൊരാത്മാവ് ഇവിടെ ജീവിച്ചിരിപ്പുണ്ട്- അദ്ദേഹത്തിന്റെ സഹധർമ്മിണി ശ്രീമതി പാർവ്വതി അയ്യപ്പൻ. അവർക്ക് ഈ വിരഹവേദന പൊറുത്തരുളാൻ തക്ക മനക്കരുത്തുണ്ടാവണമെന്നു ഞാനാഗ്രഹിക്കുന്നു.

ശ്രീ. അയ്യപ്പന്റെ അപദാനങ്ങൾ ആദരിക്കപ്പെടാൻ ആരംഭിച്ചിട്ട് ആണ്ടുകൾ അമ്പതു കഴിഞ്ഞു. 'സഹോദരൻ' പത്രത്തിന്റെ പ്രസിദ്ധീകരണം സംബന്ധിച്ച് അദ്ദേഹവും, 'യോഗക്ഷേമ' ത്തിന്നായി ഞാനും തൃശ്ശൂരിൽ നഗരമദ്ധ്യത്തിൽ ഒരു കാലത്തു ജീവിച്ചിട്ടുണ്ട്. പക്ഷേ, പരസ്പര സൗഹാർദ്ദം പുലർത്തിപ്പോരാൻ ഞങ്ങൾക്ക് അന്ന് അവസരമുണ്ടായിട്ടില്ല. കാരണം ഞാൻ ഒരു ബ്രാഹ്മണകുലത്തിൽ പിറന്നു പോയി; അദ്ദേഹം ഒരീഴവകുടുംബത്തിലും. അപ്പോൾ അയിത്തത്തിന്റേതായ മുപ്പത്തിരണ്ടടി അകന്നു നിൽക്കാൻ അന്നത്തെ കാലാവസ്ഥ ഞങ്ങളെ പ്രേരിപ്പിച്ചു. അങ്ങനെ വടക്കുംനാഥക്ഷേത്രത്തിന്റെ മതിൽക്കുചുറ്റും വളരാനും വികസിക്കുവാനും വെമ്പുന്ന രണ്ടാത്മാക്കൾ

"പാർശ്വേഷു യസ്യാശ്ച പരിഭ്രമന്തൌ
ചന്ദ്രാംശ്ച മന്തൌ ന യതോ ദിനാനി"

എന്ന മട്ടിൽ ഒളിച്ചു നടന്നു.

ശ്രീ അയ്യപ്പൻ വിദ്യാഭ്യാസം കഴിഞ്ഞ് സാമൂഹ്യപരിഷ്കാരപ്രസ്ഥാനത്തിൽ പ്രവേശിച്ചിരുന്ന കാലമാണത്. അവർണർക്കു പൊതുസ്ഥലങ്ങളിൽ സഞ്ചാരസ്വാതന്ത്ര്യംപോലും അനുവദിക്കപ്പെട്ടിരുന്നില്ല. കേരളീയജനതയാകട്ടെ, വളരാനും വികസിക്കാനും വെമ്പൽകൊള്ളുകയാണ്. യോഗക്ഷേമം, നായർ സൊസൈറ്റി, എസ്.എൻ.ഡി. പി. അങ്ങിനെ ഓരോ ജാതിയും അവരവരുടേതായ സംഘടനകൾ കെട്ടിപ്പടുത്തുവന്നിരുന്നു. പക്ഷേ ഇവർക്കാർക്കും തന്നെ പൊതുവായ ഒരു മേച്ചിൽസ്ഥലം ഉണ്ടായിരുന്നില്ല. സങ്കുചിതചിന്താഗതിയോടെ ഈ സംഘടനകൾ അതാതുസമുദായത്തിന്റെ നന്മയ്ക്കും മേന്മയ്ക്കും വേണ്ടിമാത്രം പ്രവർത്തിച്ചുപോന്നു. പലപ്പോഴും പരസ്പരം സംഘട്ടനങ്ങളും സംഭവിച്ചിരുന്നു. തെരഞ്ഞെടുപ്പ്, ഉദ്യോഗം ഇങ്ങിനെ എല്ലാ മണ്ഡലങ്ങളിലും സ്വാധീനശക്തി ചെലുത്തുവാനുള്ള ഈ വെമ്പലിൽ വർഗ്ഗീയകലഹത്തിനും പരസ്പരവിദ്വേഷത്തിനും ഇടവരാറുണ്ട്. നമ്പൂതിരിമാർ ജന്മിത്തം കൊണ്ടും ബ്രാഹ്മണ്യം കൊണ്ടും ഉയർന്നുനിൽക്കുന്നതുകാരണം മറ്റുള്ളവരുടെ മുഴുവൻ വിമർശനവും അവരുടെ നേർക്കാണ്. ഇതെല്ലാം എന്റെ മനസ്സിനെ ഗാഢമായി സ്പർശിച്ചു."ഞങ്ങളിനി എന്തുചെയ്യും"- എന്നായി എന്റെ ചിന്ത. ജന്മിത്തവും പൗരോഹിത്യവും നമ്പൂതിരി സമുദായത്തിനു യാതൊരു നന്മയും ചെയ്തിട്ടില്ല. പൊതുവിൽ രാജ്യത്തുണ്ടാകുന്ന സംഭവവികാസങ്ങൾക്ക് നമ്പൂതിരി വിലങ്ങുതടിയായി നിൽക്കരുതെന്ന് ഞങ്ങളിൽ ചിലർ ഉറച്ചു. അയിത്തോച്ചാടനത്തിനും ക്ഷേത്രപ്രവേശനത്തിനും ഞങ്ങൾ അനുകൂലികളായിരുന്നു. പൗരോഹിത്യം ഇടിച്ചു തകർക്കാൻ നമ്പൂതിരിയുടേതുമാത്രമല്ല, മറ്റുള്ളവരുടേയും സഹായം ആവശ്യമാണെന്ന് ഞങ്ങൾക്ക് മനസ്സിലായി. അങ്ങിനെ നമ്പൂതിരിയും മറ്റു വിഭാഗങ്ങളും തമ്മിൽ സഹകരിക്കാനുള്ള സാദ്ധ്യത ഉണ്ടായി. സഹോദരനുമായി എനിക്കടുക്കുവാൻ ഇടവന്നത് ഇങ്ങിനെയാണ്.

അടിച്ചമർത്തപ്പെട്ടുകിടന്നിരുന്ന ഈഴവ സമുദായത്തിന്റെ ഉൽക്കർഷത്തിനുവേണ്ടിയുള്ള പ്രവർത്തനം അന്ധകാരത്തിൽ കഴിഞ്ഞിരുന്ന നമ്പൂതിരിയുവാക്കളുടെ മോചനത്തിനുവേണ്ടിയുള്ള പ്രവർത്തനത്തിന്റെ ഒരു ഭാഗമാണെന്ന പുതിയ വെളിച്ചം എനിക്കു കാണിച്ചുതന്നത് ശ്രീ അയ്യപ്പനാണ്.

"ജാതിച്ചങ്ങല പൊട്ടിപ്പാൻ
പിടവു ഞങ്ങൾ കാണുക
നിങ്ങൾ വന്നതഴിച്ചാലും
അതു നിങ്ങൾക്കു സാദ്ധ്യമാം"

ഇല്ലങ്ങളിൽ തളംകെട്ടി നിന്നിരുന്ന ഇരുട്ടിൽ നിന്ന് പുതിയ യുഗത്തിന്റെ പ്രകാശത്തിലേക്കു നമ്പൂതിരി യുവാക്കൾ മുന്നേറിക്കൊണ്ടിരുന്ന ആ കാലത്ത് ശ്രീ. അയ്യപ്പൻ ചെയ്ത ആഹ്വാനമാണിത്. ഈ നാലു വരികളിൽ തുടിച്ചുനിൽക്കുന്ന സർവ്വാതിശായിയായ സഹോദര്യം സാമൂഹ്യസാംസ്കാരിക രംഗങ്ങളിൽ അദ്ദേഹത്തിന്റേതായി അടയാളപ്പെട്ടുകിടക്കുന്ന എല്ലാ

സംരംഭങ്ങളിലും സംഭാവനകളിലും നിഴലിച്ചുകാണാം. കേരളീയ ജനതയെ ഉൾക്കൊള്ളിച്ചുകൊണ്ടുള്ളതായിരുന്നു അദ്ദേഹത്തിന്റെ ചിന്തയും പ്രവൃത്തിയും. ശ്രീനാരായണസന്ദേശം ക്രിയാത്മകമായി കാണിച്ചു തന്നിട്ടുള്ള ശ്രീ. അയ്യപ്പന്റെ പ്രവർത്തനങ്ങൾ ഒരിക്കലും തന്റെ ജാതിയുടെ മതിൽക്കെട്ടിനകത്തു മാത്രമായി ഒതുങ്ങി നിൽക്കാൻ കൂട്ടാക്കിയിരുന്നില്ല.

കേരളത്തിൽ കാപ്പിക്കടയും, തുണിക്കടയും, ക്ഷൗരക്കടപോലും ജാതിയുടെ തൊപ്പിയും തൊങ്ങലും ധരിച്ചിരുന്ന കാലത്ത് മിശ്രവിവാഹത്തിനും പന്തിഭോജനത്തിനും മുന്നിട്ടുനിന്നു പ്രവർത്തിച്ചിട്ടുള്ള സഹോദരൻ അയ്യപ്പനെ ഒരു ധീരാത്മാവ് എന്നേ എനിക്കു വിശേഷിപ്പിക്കാനാവൂ. നമ്പൂതിരി സമുദായത്തിലെ ആദ്യത്തെ വിധവാവിവാഹം എന്റെ ഗൃഹത്തിൽ വെച്ചു നടന്നപ്പോൾ അതിൽ പങ്കെടുക്കുവാനും വധൂവരന്മാരെ ആശീർവദിപ്പാനും സധീരം മുന്നോട്ടു വന്ന ഈഴവർ ശ്രീ. അയ്യപ്പനും പത്നി പാർവ്വതിയും ആയിരുന്നുവെന്ന പരമാർത്ഥം ഞാനോർത്തുപോകയാണ്. അദ്ദേഹത്തിന്റെ നിര്യാണം കേരളത്തിന് ഒരു തീരാനഷ്ടമാണ്.

●

‘മതമേതായാലും മനുഷ്യൻ നന്നായാൽ മതി’

ശ്രീനാരായണ ഗുരു / സഹോദരൻ അയ്യപ്പൻ

(ജാതികൃതമായ പരാധീനതകൾ ദുരീകരിക്കുന്നതിനുള്ള മാർഗ്ഗമെന്ന നിലയ്ക്ക് ഒരു കാലത്ത് ഈഴവനേതാക്കന്മാർ മതപരിവർത്തനത്തെക്കുറിച്ചു ചിന്തിച്ചിരുന്നു. ആ പശ്ചാത്തലത്തിൽ ആലുവായിലെത്തി സ്വാമിയെ സന്ദർശിച്ചു സഹോദരൻ ഈ വിഷയത്തെക്കുറിച്ചു സംഭാഷണം നടത്തുകയുണ്ടായി. (കൊല്ലം വർഷം 1908 എടവം) പ്രസ്തുതസംഭാഷണം ശ്രീ. കോട്ടുകോയിക്കൽ വേലായുധൻ ‘ദേശാഭിമാനി’യിൽ റിപ്പോർട്ട് ചെയ്തിരുന്നു. ദേശാഭിമാനി’യിൽനിന്ന് അതു ‘കേരളകൗമുദി’ ഉദ്ധരിച്ചു ചേർത്തു. സംഭാഷണത്തിന്റെ അന്ത്യത്തിലുള്ള ‘മതമേതായാലും മനുഷ്യൻ നന്നായാൽ മതി’ എന്ന വാക്യത്തിനു ‘കേരളകൗമുദി’ പ്രത്യേക പ്രാധാന്യം നൽകിയാണ് റിപ്പോർട്ട് പ്രസിദ്ധീകരിച്ചത്. സ്വാമിയുടെ വിശാലവീക്ഷണവും ചിന്താപരമായ ഔദാര്യവും വെളിപ്പെടുത്തുന്ന ആ സംഭാഷണമാണ് ചുവടെ ചേർക്കുന്നത്)

സ്വാമി : അയ്യപ്പൻ, ഡോക്ടർ മതം മാറണമെന്നു പറയുന്നല്ലോ (ഡോക്ടർ എന്നു പറയുന്നതു ഡോക്ടർ പൽപ്പുവിനെ ഉദ്ദേശിച്ചാണ്).

സഹോദരൻ: മതം മാറണമെന്ന് ചിലർക്കെല്ലാം അഭിപ്രായമുണ്ട്.

സ്വാമി : മനുഷ്യൻ നന്നായാൽ പോരായോ? മതം മാറ്റം അതല്ലേ? അല്ലാതുള്ള മാറ്റമാണോ എല്ലാവരും പറയുന്നത്?

സഹോദരൻ: മനുഷ്യൻ നന്നാവുന്നതിനുള്ള മാർഗ്ഗങ്ങൾ അധികം കാണുന്നത് ബുദ്ധമതത്തിലാണ്.

സ്വാമി : ബുദ്ധമതക്കാരെല്ലാം നല്ല മനുഷ്യരാണോ? മത്സ്യം തിന്നുന്നവരും കള്ള് കുടിക്കുന്നവരും അസമത്വമാചരിക്കുന്നവരും ധാരാളമുണ്ടെന്ന് നാം അറിയുന്നു.

സഹോദരൻ: ഇപ്പോഴുള്ള ബുദ്ധമതക്കാരിൽ നല്ലവർ വളരെ കുറയും എന്നു വേണം പറയാൻ.

സ്വാമി : അങ്ങനെയാണോ? നാമും അതുകേട്ടു. ബുദ്ധിസന്ന്യാസിമാർ കിട്ടുന്നതെല്ലാം ഭക്ഷിക്കണം. മാസംമായാലും തിന്നും; കൊടുക്കുന്നതെല്ലാം വേണ്ടെന്നു പറയാൻ പാടില്ല ഇല്ലേ? അങ്ങനെ മാംസത്തിനു രുചിപിടിച്ച് അത്യധികം ഇഷ്ടമാകും. ആളുകൾ ഇഷ്ടം നോക്കി മാംസം തന്നെ കൊടുക്കും. ഇതു നല്ലതാണോ?

സഹോദരൻ: ഇടക്കാലത്ത് ബുദ്ധമതം വളരെ ദുഷിച്ചു. എങ്കിലും മനുഷ്യൻ നന്നാവാൻ ബുദ്ധന്റെ ഉപദേശങ്ങളോളം നല്ല ഉപദേശങ്ങളില്ല.

സ്വാമി : ക്രിസ്തുവിന്റെ ഉപദേശം നന്നല്ലേ? മുഹമ്മദുനബിയുടെ ഉപദേശവും കൊള്ളാമല്ലോ. പക്ഷേ ആ മതക്കാരിൽ എല്ലാവരും യോഗ്യരാണോ? അപ്പോൾ മതം ഏതായാലും മനുഷ്യൻ നന്നാവാൻ ശ്രമിച്ചുകൊണ്ടിരിക്കണം. അല്ലെങ്കിൽ അധഃപതിക്കും. പ്രവൃത്തി ശുദ്ധമായിരിക്കണം. വാക്കും വിചാരവും ശുദ്ധമായിരിക്കണം. ഈ മൂന്നു വിധത്തിലും തെറ്റുവരരുത്. തെറ്റുകൾ വന്നശേഷം ഹേ! തെറ്റിപ്പോയല്ലോ എന്നു തിരുത്താൻ സംഗതി വരാത്തവണ്ണം മനസ്സു ശുദ്ധമായിരിക്കണം. അതാണ് ജീവന്മുക്താവസ്ഥ.

സഹോദരൻ: ബുദ്ധമതക്കാർ അതിനു നിർവ്വാണം എന്നു പറയുന്നു.

സ്വാമി : ആയിരിക്കാം. ജാതി മനുഷ്യരിൽ കയറി മൂത്തുപോയി. ശങ്കരാചാര്യരും അതിൽ തെറ്റുകാരനാണ്. ബ്രഹ്മസൂത്രവും ഗീതയും എഴുതിയ വ്യാസൻ തന്നെ ചാതുർവർണ്യത്തെക്കുറിച്ചു രണ്ടിടത്തു രണ്ടു വിധം പറഞ്ഞിരിക്കുന്നു. ജാതി കളയണം; അല്ലാതെ രക്ഷയില്ല. മനുഷ്യരെല്ലാം ഒരു സമുദായമാണല്ലോ. ആ നില വരത്തക്കവിധം ജാതിയെ ഉപേക്ഷിക്കണം. മതമാറ്റത്തെപ്പറ്റി കുമാരനാശാന്റെ അഭിപ്രായമെന്താണ്?

സഹോദരൻ: ഈ സംഗതിയിൽ സ്വാമിയുടെ അഭിപ്രായം പ്രത്യേകം അറിയണമെന്നാണ് ആശാൻ പറയുന്നത്.

സ്വാമി : നമ്മുടെ അഭിപ്രായം ഇതുവരെ അറിഞ്ഞിട്ടില്ലേ? അയ്യപ്പനറിയുമോ നമ്മുടെ അഭിപ്രായം?

സഹോദരൻ: അറിയാം. തൃപ്പാദങ്ങൾക്ക് ഒരു മതത്തോടും വെറുപ്പില്ല. മനുഷ്യന്റെ മതം. വേഷം, ഭാഷ മുതലായവ എങ്ങിനെ ഇരുന്നാലും അവർ ഒരു സമുദായമായി കഴിയണമെന്നാണ് സ്വാമിയുടെ അഭിപ്രായമെന്നറിയാം.

സ്വാമി : അതാണ് നമ്മുടെ അഭിപ്രായം, മതം എന്നുവെച്ചാൽ അഭിപ്രായം. അതേതായാലും മനുഷ്യന് ഒരുമിച്ചുകഴിയാം. ജാതിഭേദം വരരുത്, അതാണ് വേണ്ടത്. അതു സാധിക്കും. നിശ്ചയമായും

സാധിക്കും. സത്യവ്രതനെ നോക്ക് (സത്യവ്രതസ്വാമിയെപ്പറ്റി) സത്യവ്രതന് അശേഷം ജാതിയില്ല, ഉണ്ടോ?

സഹോദരൻ: സത്യവ്രതസ്വാമിക്ക് അശേഷം ജാതിയില്ല.

സ്വാമി : നമുക്കാർക്കും അത്ര ജാതി പോയിട്ടില്ലെന്നു തോന്നുന്നു. ബുദ്ധനുകൂടി ഇത്ര ജാതി പോയിരുന്നോ എന്നു നമുക്കു സംശയമാണ്. സത്യവ്രതൻ അത്ര വ്യത്യാസമില്ലാത്ത ആളാണ്. അങ്ങനെ ജീവിക്കാമല്ലോ? ഹിന്ദുമതത്തിന് എന്താണ് കുറ്റം? ആര്യ സമാജക്കാരും ബ്രഹ്മസമാജക്കാരും ഹിന്ദുക്കളാണല്ലോ. അവർക്കു ജാതിയില്ല.

സഹോദരൻ: അവർ ഹിന്ദുക്കളല്ല. അവരുടെ സംഘത്തിൽ ആളുകൾ അധികപ്പെടാൻ അവർ ഹിന്ദുക്കളെന്നു പറയുകയാണ്. ആര്യസമാജക്കാർ വേദങ്ങളെ സ്വീകരിക്കുന്നു. പക്ഷേ അതിനും, അവർ വേറെ വ്യഖ്യാനം കൊടുത്താണ് പ്രമാണമാക്കുന്നത്.

സ്വാമി : അങ്ങനെയാണോ?

സഹോദരൻ: തീയർ മതം മാറുന്നു എന്നു കേട്ടു സ്വാമിയോടു മറ്റുള്ളവർക്കെല്ലാം വളരെ ബഹുമാനമായിരിക്കുകയാണ്.

സ്വാമി : (ചിരിച്ചുകൊണ്ട്) അതു കൊള്ളാം. ബഹുമാനമുണ്ടാകുമല്ലോ.

സഹോദരൻ: അവർ ചോദിക്കുന്നു, എന്തിനു മതം മാറുന്നു? നമുക്കു ശ്രീനാരായണമതം പോരായോ എന്ന്. എന്നാൽ നിങ്ങൾ ശ്രീനാരായണമതം സ്വീകരിക്കിൻ എന്നു പറഞ്ഞിട്ട് അവർക്കത്ര ഇഷ്ടമാകുന്നുമില്ല.

സ്വാമി : അതെന്തിന്? അവരവർക്ക് ഇഷ്ടമുള്ള മതം സ്വീകരിക്കാൻ സ്വാതന്ത്ര്യം ഉണ്ടല്ലോ. മതം ഏതുമാകട്ടെ.

സഹോദരൻ: സ്വാമിയുടെ മുമ്പേയുള്ള അഭിപ്രായം അതാണ്.

സ്വാമി : നമുക്കിപ്പോഴുള്ള അഭിപ്രായവും അതുതന്നെ. മതം മാറണമെന്നു തോന്നിയാൽ ഉടനെ മാറണം. അതിനു സ്വാതന്ത്ര്യം വേണം. മതം ഓരോരുത്തരുടെ ഇഷ്ടം പോലെയിരിക്കും. അച്ഛന്റെ മതമല്ലായിരിക്കാം മകനിഷ്ടം. മനുഷ്യനു മതസ്വാതന്ത്ര്യം വേണ്ടതാണ്. അതാണ് നമ്മുടെ അഭിപായം. നിങ്ങളൊക്കെ അങ്ങനെ പറയുമോ?

സഹോദരൻ: പറയുന്നുണ്ട്. ഞാൻ ഈയിടെ ഒരാധാരത്തിൽ 'ബുദ്ധമതം' എന്നു ചേർത്തു.

സ്വാമി : (ചിരിച്ചുകൊണ്ട്) ജാതി എഴുതിയില്ല അല്ലേ? അതുകൊള്ളാം, ജാതി വരരുത്. ഒരിടത്തും ജാതി ഉണ്ടായിരിക്കരുത്. മനുഷ്യൻ ഒരു ജാതിയായി ജീവിക്കണം. ഈ അഭിപ്രായം എല്ലായിടത്തും പരക്കണം. അതിരിക്കട്ടെ. മതം മാറണമെന്നു പറയുന്നവർ ഹിന്ദുമതത്തിന് എന്തു ദൂഷ്യമാണ് പറയുന്നത്.

ഒരു ശിഷ്യൻ: ഹിന്ദുമതസാഹിത്യം ദുഷിച്ചതാണെന്നു പറയുന്നു. വേദവും ഗീതയുമെല്ലാം ജന്തുബലിയും ബഹുദൈവാരാധനയും ജാതിയും ഉപദേശിക്കുന്നുണ്ടെന്നു പറയുന്നു.

സ്വാമി : വേദം അങ്ങനെ ആയിരിക്കാം. എന്നാലും അവയിൽ ഇടയ്ക്കിടെ കൊള്ളാവുന്ന തത്ത്വങ്ങൾ കാണാം. മതസാഹിത്യം നല്ലതായിട്ടുള്ള മതം അനുഷ്ഠിക്കുന്നവരുടെ ആചാരവും നല്ലതല്ലല്ലോ. അപ്പോൾ മതസാഹിത്യം എങ്ങനെയിരുന്നാലും മനുഷ്യൻ ദുഷിച്ചാൽ ഫലമില്ല. മനുഷ്യൻ നന്നാവണം. പ്രവൃത്തിയിലും വാക്കിലും വിചാരത്തിലും ശുദ്ധിവേണം. അതാണാവശ്യം. മതമേതായാലും മനുഷ്യൻ നന്നായാൽ മതി. അതാണ് നമ്മുടെ അഭിപ്രായം.

●

അനുബന്ധം നാല്
സഹോദരൻ അയ്യപ്പൻ - ജീവിതരേഖ

1889 -ജനനം

1917 -മിശ്രഭോജനം, സഹോദരസംഘം ആരംഭിച്ചു.
സഹോദരൻ പത്രം ആരംഭിച്ചു.

1921 -എസ്.എൻ.ഡി.പി. സാഹകാര്യദർശി

1925 -ആദ്യ തെരഞ്ഞെടുപ്പ മത്സരം, പരാജയം

1928 -കൊച്ചി നിയമസഭാംഗം

1929 -'യുക്തിവാദി' തുടങ്ങി

1930 -വിവാഹം

1931 -നിയമസഭാംഗം

1938 -എസ്.എൻ.ഡി.പി. അധ്യക്ഷൻ, നിയമസഭാംഗം

1940 -നിയമസഭ ഡെപ്യൂട്ടി പ്രസിഡന്റ്

1946 -നിയമസഭാംഗം, മന്ത്രി

1949 -തിരു-കൊച്ചി മന്ത്രി; രാജി.

1951 -രാഷ്ട്രീയ ജീവിതത്തിന് വിരാമം

1956 -'സഹോദരൻ' പ്രസിദ്ധീകരണം നിർത്തി

1968 -മരണം

അനുബന്ധം അഞ്ച്
അധിക വായനയ്ക്ക്

1. **സഹോദരൻ എന്ന വിപ്ലവകാരി**
   ജി. പ്രിയദർശനൻ
2. **സഹോദരൻ അയ്യപ്പൻ**
   ഡോ. ഷോർണ്ണൂർ കാർത്തികേയൻ
3. **സഹോദരൻ അയ്യപ്പൻ ജീവിതവും കൃതികളും**
   എം. പി. ഷീജ.
4. **Sahodaran ayyappan Towards A Domocratic Future Life and Select workds**
   Dr. Ajay Sekhar.
5. **സഹോദരൻ അയ്യപ്പൻ**
   കെ.എ. സുബ്രഹ്മണ്യം
6. **സഹോദര സപ്തതിസപ്തതി ആഘോഷ കമ്മിറ്റി**
7. **സഹോദരൻ അയ്യപ്പൻ: വിപ്ലവങ്ങളുടെ മാർഗദർശി**
   പൂയപ്പിള്ളി തങ്കപ്പൻ
8. **സഹോദരൻ അയ്യപ്പൻ**
   ഡോ. ആർ. സത്യജിത്ത്
9. **സഹോദരൻ അയ്യപ്പന്റെ കാവ്യശില്പം**
   പി. ഭാസ്കരനുണ്ണി.
10. **സഹോദരൻ അയ്യപ്പനെ അടുത്തറിയാൻ**
    കെ. എം. അനന്തൻ
11. **സഹോദരൻ. കെ. അയ്യപ്പൻ**
    - പ്രൊഫ. എം. കെ സാനു, സാഹിത്യപ്രവർത്തക സഹകരണസംഘം, കോട്ടയം, 2011.
12. **സഹോദരൻ അയ്യപ്പൻ സ്മരണകളും പഠനങ്ങളും**
    - എഡി.സി.ആർ കേശവൻ വൈദ്യർ, ഡി.സി.ബുക്സ്, കോട്ടയം 1996.
13. **സഹോദരൻ അയ്യപ്പൻ നവോത്ഥാനത്തിന്റെ ശുക്രനക്ഷത്രം** - എം. ബിജുകുമാർ, സാ.പ്ര.സ.സം,. കോട്ടയം, 2016.
14. **സഹോദരൻ അയ്യപ്പൻ**
    - ഗീതാസുരാജ്, സൈൻ ബുക്സ്, തിരുവനന്തപുരം, 2012.
15. **സഹോദരൻ അയ്യപ്പൻ**
    - ഡോ. ഒ.കെ സന്തോഷ്, ചിന്ത പബ്ലിഷേഴ്സ്, തിരുവനന്തപുരം, 2015
16. **സഹോദരൻ അയ്യപ്പൻ പ്രക്ഷോഭകാരിയായ പത്രപ്രവർത്തകൻ**
    - ജി. പ്രിയദർശനൻ, കേരള സാഹിത്യ അക്കാദമി, 1991.

●